சென்னைக்கு வந்தேன்

தொகுப்பாசிரியர்: பழ. அதியமான்

தமிழ்நாட்டின் உள் கிராமங்கள் பலவற்றில் பிறந்து, சென்னை நகரத்துக்கு வந்து, பார்த்த, குடியேறிய இருபதாம் நூற்றாண்டு எழுத்தாளர் சிலரின் அனுபவங்களைக் கொண்டது இந்நூல்.

சென்னை தங்களை ஆட்கொண்டது எப்படி என்பதை இந்த எழுத்தாளர்கள் சுவையாக விவரிக்கிறார்கள். நகரத்தின் கெட்டதும் நல்லதும் தங்களுக்குள் ஏற்படுத்திய எண்ணங்களைத் தத்தம் பார்வையில் இவர்கள் நம்முடன் பகிர்ந்துகொள்கிறார்கள். இன்றைய சென்னையைப் புரிந்துகொள்ளப் பயன்படும் நேற்றைய சென்னையை இந்நூல் நமக்குக் காட்டுகிறது.

பழ. அதியமான் வ.ரா. ஆய்வாளர். ‘தி.ஜ.ர.’, ‘அறியப்படாத ஆளுமை: ஜார்ஜ் ஜோசப்’, ‘வ.ரா.’, ‘சக்தி வை. கோவிந்தன்’, ‘கு. அழகிரிசாமி சிறுகதைகள்: முழுத் தொகுப்பு’, ‘பெரியாரின் நண்பர்: டாக்டர் வரதராஜுலு நாயுடு வரலாறு’, ‘சேரன்மாதேவி குருகுலப் போராட்டமும் திராவிட இயக்கத்தின் எழுச்சியும்’, ‘பாரதி கவிதைகள் – முழுத் தொகுப்பு’, ‘பாரதியின் பாஞ்சாலி சபதம்’, ‘கிடைத்தவரை லாபம்’, ‘நவீனத் தமிழ் ஆளுமைகள்’. ‘வைக்கம் போராட்டம்’ ஆகிய நூல்களின் ஆசிரியர்/தொகுப்பாசிரியர்/பதிப்பாசிரியர். தமிழ்ச் சிந்தனை வரலாறு தொடர்பான ஆய்வுகளில் ஈடுபட்டிருப்பவர். அகில இந்திய வானொலியில் உதவி இயக்குநராகப் பணியாற்றி ஓய்வு பெற்றவர். சென்னையில் வசிக்கிறார்.

சென்னைக்கு வந்தேன்

சென்னைக்கு வந்தேன்

தொகுப்பாசிரியர்
பழ. அதியமான்

காலச்சுவடு பதிப்பகம்

● *அன்பார்ந்த வாசகருக்கு,*

வணக்கம்.

காலச்சுவடு நூலை வாங்கியமைக்கு நன்றி.

நூலின் உள்ளடக்கம், உருவாக்கம், அட்டைப்படம் இன்ன பிற அம்சங்கள் பற்றிய உங்கள் கருத்துகளையும் ஆலோசனைகளையும் காலச்சுவடு வரவேற்கிறது. தகவல், எழுத்து, வாக்கியப் பிழைகள் தென்பட்டால் கட்டாயம் தெரிவித்து உதவுங்கள். நூல் தயாரிப்பில் கடும் குறைபாடு இருப்பின் மாற்றுப் பிரதி உங்களுக்குக் கிடைக்கக் காலச்சுவடு ஏற்பாடு செய்யும்.

மின்னஞ்சல்: publisher@kalachuvadu.com

காலச்சுவடு நாகர்கோவில் தலைமையகத்துக்கும் கடிதம் அனுப்பலாம்.

தங்கள்
எஸ்.ஆர். சுந்தரம் (கண்ணன்)
பதிப்பாளர் — நிர்வாக இயக்குநர்

சென்னைக்கு வந்தேன் ♦ கட்டுரைகள் ♦ தொகுப்பாசிரியர்: பழ. அதியமான் ♦ © ஆசிரியர்கள் ♦ முதல் பதிப்பு: ஆகஸ்ட் 2008, ஆறாம் (குறும்) பதிப்பு: டிசம்பர் 2022 ♦ வெளியீடு: காலச்சுவடு பப்ளிகேஷன்ஸ் (பி) லிட்., 669 கே. பி. சாலை, நாகர்கோவில் 629001

cennaikku vanteen ♦ Essays on Chennai ♦ Compiler: Pazha.Athiyaman ♦ © Authors ♦ Language: Tamil ♦ First Edition: August 2008, Sixth (Short) Edition: December 2022 ♦ Size: Demy 1 x 8 ♦ Paper: 18.6 kg maplitho ♦ Pages: 136

Published by Kalachuvadu Publications Pvt. Ltd., 669, K.P. Road, Nagercoil 629001, India ♦ Phone: 91-4652-278525 ♦ e-mail: publications @kalachuvadu.com ♦ Printed at Adyar Students xerox Pvt. Ltd., No. 275 Habibullah Road, Triplicane high Road, Opp Triplicane Post Office, Triplicane, Chennai 600005

ISBN: 978-81-89945-47-3

12/2022/S.No.260, kcp.4118, 18.6 (6) 1k

'திருவல்லிக்கேணியில் மாடுகள்கூட முட்டுவதில்லை'
என்று ஒரே வரியில் சென்னைவாழ் உயிர்களின்
மனோபாவத்தை வெளிப்படுத்திய
நண்பர் கி. சீனிவாச ராகவன்
அவர்களுக்கு . . .

பொருளடக்கம்

சென்னைக்குள் நுழையும் முன்பாக . . . 11

சி.சு. செல்லப்பா 19

வல்லிக்கண்ணன் 27

கே. இராமநாதன் 36

கு. அழகிரிசாமி 43

சாமி சிதம்பரனார் 51

அசோகன் 59

க.நா. சுப்ரமண்யம் 66

ந. சிதம்பரசுப்ரமண்யன் 73

ஜெயகாந்தன் 82

எம்.வி. வெங்கட்ராம் 92

கொத்தமங்கலம் சுப்பு 100

சின்ன அண்ணாமலை 105

சுந்தர ராமசாமி 110

உ.வே. சாமிநாதையர் 119

பின்னிணைப்பு:
தமிழர் நாகரிகத்தில் கிராம வாழ்க்கை 125
— புதுமைப்பித்தன்

ஆசிரியர் குறிப்புகள் 132

சென்னைக்குள் நுழையும் முன்பாக...
~

நகரம் குறித்து எப்போதும் ஓர் ஒவ்வாமை இருந்து வருகிறது – நகரம் சாராதவர்களுக்கு மட்டுமல்ல, நகரம் சார்ந்தவர்களுக்கும்தான்! 'கெட்டும் பட்டணம் சேர்' என்பது இவ்வொவ்வாமையின் வெளிப்பாடுகளில் ஒன்று.

கு. அழகிரிசாமி ஒரு சமயம் சொன்னார்: 'சென்னை யினுடனான உறவு ஆணின் முறையற்ற பெண் தொடர்பு போல. பிடிக்கும், ஆனால் வெளியே சொல்ல முடியாது.' சென்னையில் இருந்தால் மனம் சிறுத்துப்போகும் எனப் பாடிவிட்டு வள்ளலார் கருங்குழி வழியாக வடலூர் போய்ச் சேர்ந்தார். 'பட்டணத்துப் பெண்ணுக்குப் பயப்படாம மஞ்சத் தாலி கட்டுகிறவன் உண்டா?' என்று ஒரு பாடலாசிரியர் கற்பை விரும்பும் ஆண்கள் சார்பாகக் கேள்வி எழுப்பினார். தன் ஓய்வுக் காலத்தில் ஏழாண்டு சென்னையில் வாழ்ந்த என் அப்பா சொன்னது, 'இங்கே இருக்கிறவர்கள் வெளிச் சத்துக்குப் பயப்படுகிறவர்கள்' என்று. 'நல்லெண்ணெய் முதல் நல்லெண்ணம்வரை' எல்லாவற்றிலும் கலப்படம்தான் என்றார் புதுமைப்பித்தன்.

தவிர்க்க இயலாதது, மன விசாலத்தைக் குறைப்பது, ஒழுக்க மீறல்கள் நிறைந்தது, விதிகளைக் கண்டு நடுங்குவது, முறையற்றவற்றைப் பேணுவது, போலியானது இந்த நகர வாழ்க்கை என்பதைத்தான் வெவ்வேறு வாக்கியங்களில் இவர்கள் சொல்லியிருக்கிறார்கள் என்று தோன்றுகிறது.

ஹரப்பா, மொகஞ்சதாரோ ஆகியவை நகர நாகரிகங்கள் எனப் பெருமைபடப் பேசுகிறோம். ஆனால் சமகால

நகர நாகரிகம் நமக்குப் பிடிக்காமல் போகிறது அல்லது அதைக் கண்டு பயப்படுகிறோம்.

கிராமத்துக்குத் திரும்புவோம் என முழங்கி அதற்கு இயக்கம் கூட நடத்தினோம். ஆனால் சென்னையில் மூன்றாண்டுக் காலமாக வாழும் ஓர் இளைஞன் கிராமத்துக்குப் போனால் இரண்டு முழு நாள் இருக்க முடியவில்லை என்கிறான். கிராமம், கிராமம் என்று பல காலம் எழுதிய கி. ராஜநாராயணன் 1980களில் புதுவை நகரத்துக்கு வந்தவர் இப்போது தன் மகனையும் அழைத்துவந்துவிட்டார்.

'சரஸ்வதி' ஆசிரியர் வ. விஜயபாஸ்கரன் சென்னையில் பல காலம் வாழ்ந்த பிறகு கேரளக் கிராமம் ஒன்றுக்குக் குடிபெயர்ந்தது விதிவிலக்கு. பூமணி தன் ஓய்வுக் காலத்தைக் கிராமம் ஒன்றில் கழிக்கிறார். நடுத்தர வர்க்கத்துக்குத்தான் கிராமம் வசதியாக இருக்காது போலும். விஜயபாஸ்கரன் கிராமத்துக்குப் போகும்போது கார் முதலிய வசதிகளுடன் இருந்தார்.

நகரமா, கிராமமா உயர்ந்தது எது என்பதெல்லாம் பட்டிமன்றப் பேச்சாளர் காசு சம்பாதிக்க வைத்துக்கொண்டிருக்கும் தலைப்பு கள். நோய்க்கிருமியற்ற காற்று, தேவையான தண்ணீர், சுகாதாரச் சூழல் நகரத்தில் இல்லைதான். ஆனால் இவற்றையெல்லாம் காசால் பெற, பணம் காய்க்கிற மரங்கள் அங்கேதான் இருக்கின்றன. இளைஞர்களின் கனவுத் தொழிற்சாலைகள், பொறியியல் பட்டதாரி களின் அமுதசுரபியான தகவல் தொழில்நுட்ப மையங்கள், இப்படி வாய்ப்புகள் காய்க்கும் பண மரங்கள் வா! வா! என்று அழைக்கும்போது காய்ந்த பனைமரச் சூழலுக்கு யார் போவார் கள்? கு. அழகிரிசாமி சொல்வது போல் கிராமத்தில்தான் கவிதை எழுத முடியும் என்றாலும் அதை அச்சடித்து நாலு பேருக்குக் காட்ட நகரத்துக்கு வந்துதான் தீர வேண்டும்.

தொடர்ந்து நமது சினிமா கிராமத்தை உயர்வாகவும் நகரத்தை மோசமானதாகவும் சித்தரித்துக்காட்டி வாழ்விட பேதாபேதத்தை நமது பொதுப்புத்தியில் இறக்கிவிட்டுவிட்டது. எம்.ஜி.ஆர்., பாரதிராஜா என்று ராமராஜன் படம்வரை இத்தகைய சித்திரங்கள் நமக்குக் கிடைத்தன. இப்போது நிலைமை சற்று மாறிவருகிறது. கிராமச் சித்தரிப்புக்கான இன்றைய சினிமா அடையாளமான 'பருத்தி வீரன்' நகரத்தின் எதிர் வாழ்விடமாக அல்லாமல் கிராமத்தை அதற்கே உரிய பரிமாணத்தோடு காட்டியது. அதேபோல கிரிக்கெட், எஃப்.எம், நாற்காலி, மேசை உள்ள பார் என்ற மேல்தட்டுக் கலாசாரச் செயல்பாடுகளைக் கொண்ட 'சென்னை – 28' நகரத்துக் கான சினிமா அடையாளம். இந்தப் படத்தைக் கிராமம் சார்ந்த ஒருவன் அன்னியத் தன்மையோடுதான் பார்ப்பான் என்றாலும்

இந்த அன்னியன் அவனுக்கான விரோதியல்ல. 'பருத்தி வீர'னை நகரத்தில் வசிக்கும் கிராமத்துக்காரர்கள் ஒருவிதப் பழமை நினைவின் ஈடுபாட்டோடு பார்த்திருப்பார்கள்.

இன்றைய கிராமம் நேற்றுப் போல இல்லை. புதுமைப்பித்தன் வர்ணிக்கும் 1930களின் கிராமத்தில் சினிமா கிடையாது. ஷேவிங் சோப் கிடையாது. சிகரெட் கிடைக்காது. எஸ். நீலகண்டன் ('ஒரு நகரமும் ஒரு கிராமமும்', காலச்சுவடு பதிப்பகம், 2008) விவரிக்கும் இன்றைய கிராமத்தில் அங்காடிக் கலாசாரம் அனைத்தையும் கொண்டுசேர்த்துவிட்டது. சினிமா வீட்டுத் தாழ்வாரத்தில் ஓடுகிறது. ஊருக்குப் பத்துப் பேர் அமெரிக்காவுக்கு உழைக்கிறார்கள். அதனால் நகரக் கீழ், நடுத்தர வர்க்கம் பார்க்காத பல வசதிகள் கிராமத்து வீடுகளில் கொட்டிக் கிடக்கின்றன. கிராமம் என்பது குட்டி நகரம்தான். தகவல் தொழில்நுட்பம் அனைத்தையும் ஒன்றாக்கிவிட்டது. சாலைகளாலும் அதில் ஓடும் வாகனங்களாலும் இன்னும் சரியாக இணைக்கப்படாததைத் தவிர, கிராமத்துக்கும் நகரத்துக்கும் பெரிய வித்தியாசமில்லை. சாதி, வறுமை, அறியாமை முதலியன நீங்கிவிடவில்லையானாலும் கலாசாரத் தளத்தில் ஒன்றாகிக்கொண்டிருக்கின்றன நகரமும் கிராமமும்.

இருக்கும் வித்தியாசம் சிறியது. விரியும் கலாசார அறிவியல் எல்லைகளின் முனையில் நகரங்கள் இருக்கின்றன. தொழுதுண்டு பின்செல்லும் நகரங்கள் சிந்தனையின் முன்னோடும் பிள்ளை. கிராமம் அதற்கு உணவூட்ட உழுதுண்டு பின்நிற்கும் தாய். இளைஞர்களுக்கு நகரமும் வயதானவர்களுக்குக் கிராமமும் முன்னுரிமையோடு மனத்தில் நிழலாடுவது இதனால்தான். நேரத்தோடு நகர வாழ்க்கை இழுத்துக் கட்டப்பட்டிருக்கிறது. கிராம வாழ்க்கையோ மனிதர்களின் உறவில் பின்னியிருக்கிறது. கிராமத்தில் வாழலாம், நகரத்தில் பிழைக்கலாம் என்றாலும் நிலைமை இப்போது மாறிவருகின்றது.

கிராமத்திற்கும் நகரத்திற்கும் இடையில் இருக்கும் மனதளவிலான வேறுபாட்டை நாம் மூடி மறைத்துவிட முடியாது. கிராமத்தவர், தன்னை இளப்பமாகப் பார்க்கும் நகரத்தவரை, நெல்லுக் காய்ச்சி மரம் எது எனக் கேட்பவர்கள் எனக் கேலியோடு பேசுவார்கள். மூக்கொழுகும் சென்னையின் சிறுவாண்டுகூடப் பட்டிக்காட்டான், நாட்டுப்புறம், ஊர் நாட்டான் என்ற கேவல வசைகளைக் கிராமத்தாரை நோக்கி வீசுவதை நான் கேட்டிருக்கிறேன். சென்னையின் 'தேசிய வார்த்தை'கூடச் சமய சந்தர்ப்பம் அற்ற தொடர் பழக்கத்தால் அர்த்தம் இழந்துபோய் 'ஹலோ' போல வெறும் ஒலிக்குறிப்பாகிவிட்டது. ஆனால் இவ்வசைச் சொற்கள் உயிருடன் கூடிய வலிமையோடு புழக்கத்தில்

இருக்கின்றன. நாகரிகத் தளத்தில் இரண்டும் ஒன்றாகும்போது தான் இந்தப் பேதம் மறையும். அது தகவல் புரட்சியால் விரைவில் சாத்தியமாகும். அதுவரை கிராமம் கனவு, நகரம் யதார்த்தம்தான்.

~

'சென்னைக்கு வந்தேன்' எனும் இத்தொகுப்பு நூலில் இடம் பெற்றுள்ள பெரும்பான்மையான கட்டுரைகள் 'சரஸ்வதி' இதழில் *(1958–59)* 'பட்டினப் பிரவேசம்' பகுதியில் வந்தவை.

> எழுத்தாளர்கள் பலர் சென்னையைத் தங்கள் வாசஸ் தலமாகக் கொண்டிருக்கின்றனர். பல ஊர்களில் பிறந்து வளர்ந்தவர்கள் சென்னையில் குடியேறி இலக்கியச் சேவை செய்துவருகின்றனர். எழுத்து லகில் புகுவதற்காகச் சென்னை வந்தபோது என்னென்ன அனுபவங்கள் இவர்களுக்குக் கிடைத் தன என்று அறிவது ரசமாக இருக்கும். இலக்கிய உலகத்தின் வளர்ச்சிப் போக்குகளையும் புரிந்து கொள்ள முடியும். 'சென்னை வந்தேன்' என்ற இந்தப் பகுதியில் எழுத்தாளர் பலரும் தங்கள் அனு பவங்களைக் கூறுகின்றனர்.

பெரும்பாலும் 1930களில் தோன்றிய மறுமலர்ச்சி எழுத்தாளர் களின் எண்ணங்களான இவற்றுடன் உ.வே. சாமிநாதையர், சுந்தர ராமசாமி, சின்ன அண்ணாமலை ஆகிய ஆளுமைகளின் சென்னை விஜய அனுபவங்களும் இணைந்துள்ளன.

'ஒளி வீச வாய்ப்பு தந்தது சென்னை' என்று கே. இராமநாதன் மகிழ்வது போலவே 'தன்னை எழுத்தாளனாக்கியது சென்னை' என்று பெருமிதம் கொள்கிறார் சாமி சிதம்பரனார். 'உயர வழி தந்தது' எனச் சின்ன அண்ணாமலையும், 'இலக்கியப் புதையலைத் தந்தது' என்று ந. சிதம்பரசுப்ரமண்யனும் சென்னையை வள்ளலாக ஏற்றிப் போற்றுகின்றனர்.

'சென்னை எனக்கு ஒட்டவில்லை' எனச் சி.சு. செல்லப்பா தன் வெறுப்பைச் சற்று அடக்கி வாசிக்கும்போது, 'சென்னைக்கு வந்தேனே' என்று கு. அழகிரிசாமி அங்கலாய்ப்பின் உச்சத் துக்கே சென்றுவிடுகிறார். 'பெரிய மனிதர்களின் சின்னத்தனத்தை அறிய உதவியது சென்னை' என்பது அசோகனின் விமர்சனம். மோசமான எழுத்தாளரின் பெருகும் எண்ணிக்கை இலக்கியக் கலாசாரத் தேக்கத்துக்கு அடிகோலுகிறது என்பது க.நா.சு.வின் வேதனைக் குரல். 'உன்னிடம் குற்றங்கள் இருப்பினும் உன்னை வணங்குகிறேன்' எனப் பாதுகாப்புடன் அனுசரித்துப்போகிறார்

வல்லிக்கண்ணன். பழமை, போலிமை, ஏமாற்று இவற்றின் பக்கத் துணையுடன் வறுமை தாண்டவமாடுகிறது சுந்தர ராமசாமி விவரிக்கும் சென்னை.

பெரும்பாலான வாக்குகள் சென்னைக்கு எதிராகவே விழுந் திருக்கின்றன. ஜெயகாந்தனின் சமத்காரத்தைச் சென்னைக்குச் சார்பாக எடுத்துக்கொண்டாலும்கூட நம்பிக்கை இல்லாத் தீர்மானமே வெற்றிபெறுகிறது.

எழுதியவரில் செம்பாதிக்கு மேல் வெறுப்பு கலந்த நோக்கி லேயே சென்னையைப் பார்த்துள்ளனர். அதில் உச்சம் அழகிரி சாமியுடையது. அவரைப் போலவே சாமி சிதம்பரனார்க்கும் நகர வாழ்க்கை பிடிக்கவில்லை. தனக்கு நித்தியப்படி செலவுக்குத் தேவையான பணம் இருக்குமானால் கிராமத்துக்குத் திரும்பிப் போய்விடுவேன் என்று அழகிரிசாமி தன் நகர வெறுப்பை வெளிப்படுத்துகிறார். பணத்தைக்கூட எதிர்பார்க்காமல் சாமி சிதம்பரனார் ஊருக்குப் போய்விடத் துணிகிறார். இப்படிக் கட்டுரை எழுதிய பிறகு அவர் மூன்று வருடங்கள் உயிரோடிருந்தார். அழகிரிசாமி 11 வருடங்கள் வாழ்ந்தார். ஏனோ ஒட்டவில்லை என்ற செல்லப்பா 38 வருடங்கள் வாழ்ந்தார். இவர்கள் யாரும் நகரத்தைக் காலி செய்துவிட்டுப் போகவில்லை.

சென்னை நகரத்தைவிட்டு வெளிச்செல்லும் வாய்ப்பை வரலாறு ஒரே முறை வழங்கியது. வீட்டைக் காலி செய்துவிட்டுப் பக்கத்து ஊர்களில் போய்ச் சில மாதங்கள் வாழ்ந்து திரும்பினார் கள். அது 1942இல் இரண்டாம் உலகப் போரின்போது ஜப்பான் குண்டுக்குப் பயந்து நடந்தது. அப்படிப் போன இடத்தில்தான் உ.வே. சாமிநாதையர் திருக்கழுக்குன்றத்தில் உயிரைவிட்டார். வேலூரில் வாழப்போன வ.ரா. தன் குழந்தையை இழந்து திரும்பினார்.

இந்தக் கட்டுரைகளை எழுதிய படைப்பாளர்கள் காட்டும் சென்னை யாருடையது? அநேகமாகப் பத்திரிகையாளர், எழுத் தாளர்களுடையதாக இருக்கிறது. சி.சு செல்லப்பா, க.நா.சு., ந. சிதம்பரசுப்ரமண்யன், கே. இராமநாதன், சின்ன அண்ணாமலை, சாமி. சிதம்பரனார் ஆகியோர் பத்திரிகை மற்றும் எழுத்தாளர் களின் உறவையே விதந்தோதும்போது கு. அழகிரிசாமி மட்டும் சலூன் கடைக்காரர், சில்லறைக் கடைக்காரர் ஆகியோரைக் கொண்டாடுகிறார். அசோகனின் விவரிப்பில் போர்க் காலச் சென்னைத் தெருக்கள் காட்சி தருவது புதிய அனுபவம்.

ஜெயகாந்தன், சுந்தர ராமசாமி ஆகியோரின் பார்வையில் யதார்த்த சென்னை புலப்படுகிறது. இழிசனராகப் பொதுப்புத்தி கருதும் விலைமாதர் உள்ளிட்டோர் பற்றிய சித்திரம் விரிகிறது.

சென்னைக்கு வந்தேன் ~ 15

சுந்தர ராமசாமியின் விவரிப்பில் அதிகாரப் பிச்சை, ஆங்கிலப் பிச்சை, அனுசரணைப் பிச்சை எனப் பிச்சைக்காரர்களின் நகரமாக அழுக்கும் புகையும் போலிமையுமாக நகரம் புதிய தோற்றம் பெறுகிறது.

இது சென்னை நகரத்தைப் பற்றிய நூல் என்றாலும் உண்மையில் கிராம வாழ்க்கையைப் பற்றிய தீவிரமான சாதகப் பார்வையே இந்நூலின் அடி நீரோட்டம். கிராம வாழ்க்கையை விரும்பும் நகரத்து மனிதரின் மனோபாவத்தை அலசி ஆராய்வதன் மூலம் நகர வாழ்க்கை மற்றும் கிராம வாழ்க்கையைப் பற்றிய தன் பார்வையைப் புதுமைப்பித்தன் 'தமிழர் நாகரிகத்தில் கிராம வாழ்க்கை' *(1943)* என்ற கட்டுரையில் பதிவு செய்துள்ளார். இந்நூலின் அடிச்சரட்டோடு வெட்டியும் ஒட்டியும் அமையும் இக்கட்டுரை பின்னிணைப்பாகத் தரப்பட்டுள்ளது.

~

கிராமமானாலும் நகரமானாலும் நம் வாழ்விடங்களை நாம் கொண்டாடத்தான் வேண்டும். குழந்தை, தெய்வம் இவர்களின் வரிசையில் நம் வாழ்விடத்தைச் சேர்க்கத்தான் வேண்டும். போஷிக்கப்படாத குழந்தை க்ஷீணித்துத்தானே போகும்!

இன்றைய சென்னை கவனிக்க வேண்டிய முன்னுரிமைப் பிரச்சினைகள் பல. அதில் இரண்டு இன்றைய சென்னையின் நடுத்தர வர்க்கம் சந்தித்துக்கொண்டிருக்கும் வாடகை வீடும், குடிகாரர்களால் நிரம்பி வழியும் மாலைத் தெருக்களும் என்றெனக்குப் படுகிறது. தண்ணீர்ப் பிரச்சினை தமிழகம் தழுவியது. பெட்ரோல் இல்லாவிட்டாலும் சாலைகள் வாகனங் களால் திக்குமுக்காடுவது இந்தியப் பிரச்சினை. அமெரிக்காவின் நீட்சியாகிவிட்ட சென்னையில் இப்போது ஒரு புதிய மேல்தட்டுக் கலாசாரம் நடுத்தர வர்க்கத்திலிருந்து கிளைத்திருக்கிறது. அதனால் மயிலாப்பூர் போன்ற சுத்தமும் வசதியும் மிக்க பகுதிகளில் குதிரைக்குக் கொம்பு முளைக்கவும் வாய்ப்புண்டு. ஆனால் வாடகைக்கு வீடு கிடைக்காது. எனக்குத் தெரிந்த முன்னாள் சட்டமன்ற உறுப்பினர் ஒருவரின் மகள் இரண்டு மாதங்களாக வீடு தேடிக்கொண்டிருக்கிறார். மயிலாப்பூரில் தடுக்கிவிழுந்தால் வீட்டுத் தரகர் மீதுதான் விழுவீர்கள். தடுக்கிவிடுவதும் அவர் களாகவே இருக்கலாம். கமிஷன் பெற வேண்டி (ஒரு மாத வாடகை) வீட்டு உரிமையாளரே தரகராக மாறிவிடுவார். உரிமை யாளர் யார் எனக் கேட்டால் தன் மனைவியைக் காண்பிப்பார்.

அசோகன் தன் கட்டுரையில், 'முன்னிரவு நேரத்தில் குடி போதையும் குட்டிகள் போதையுமாக வெள்ளை, கறுப்பு, சிகப்பு,

பழுப்பு நிறச் சிப்பாய்கள் நகர வீதிகளில் பவனி வருவார்கள்' எனப் போர்க் காலச் சென்னையை விவரிப்பார். இப்போது முன்னிரவு மட்டுமல்ல, பின்னிரவு 12 மணியையும் கடந்து சுதேசிக் குடிமகன்கள் எங்கள் தெரு முனையில் அரசு மதுக்கடை முன்னால் போதையில் மொய்த்துக் கிடக்கிறார்கள். காவல் துறை வந்து விரட்டும்வரை நித்திய சந்திப்புகளும் சந்தோஷ உரையாடல் களும் சென்னையின் 'தேசிய வார்த்தை'களோடு பொங்கிப் பிரவகித்து ஓடும். குட்டிகளின் போதை மட்டும் கட்டுப்பாட்டில் இருப்பதாகத் தோன்றுகிறது. அவை சாதாரணத் தெருக்களில் நடப்பதில்லை. அதற்குத்தான் உலகத்திலேயே இரண்டாவது பெரிய (ஒப்பந்தக்காரர்கள் சாப்பிடுவதற்காக அடிக்கடி) அழகூட்டப் படும் நீண்ட மெரினா கடற்கரை இருக்கிறதே.

பொருளாதார ஏற்றத்தாழ்வால் நிகழும் 'ஏமாற்று' அதன் நேற்றைய கேந்திர ஸ்தானமாக இருந்த 'மூர் மார்க்கெட்' தீக்கிரையானதோடு அழிந்துவிடவில்லை. அது தெருதோறும் பரவி நகரமயமாகிவிட்டது. 'திருப்பதிக் குடை' உள்ளிட்ட சென்னை நகரத்தின் மோசடிகளை விளக்கும் 'மதிமோசக் களஞ்சியம்' எனும் புத்தகம் 1920களில் வெளிவந்தது. சென்னையில் வந்து வாழ்ந்து பார்க்கும்வரை 'மதிமோசக் களஞ்சியம்' என்பது எனக்குப் புத்தகத்தின் பெயராகவே இருந்தது.

~

கண்ணனின் மனத்தில் உருவான இந்நூல் தொகுப்பெண்ணம் பெருமாள்முருகன் வழியாக என்னை வந்து சேர்ந்து ஓராண்டுக்கு மேலாகிவிட்டது. நூலின் முதல் அச்சுப்பிரதியை இருகரம் நீட்டி வரவேற்ற நஞ்சுண்டன் பிரதியை மேம்படுத்தும் சில ஆலோசனை களையும் தெரிவித்தார். ஆ.இரா. வேங்கடாசலபதியின் ஈடுபாட்டால் தொகுப்பின் விரிவும் ஆழமும் கூடின. ரோஜா முத்தையா ஆய்வு நூலகத்தின் உதவியின்றி இத்தகைய தொகுப்பு முழுமை யடைந்திருக்க முடியாது. இந்நூல் இப்போதைய வடிவம்பெற உதவிய இவர்களையும், அறுபதில் அடியெடுத்து வைத்திருக்கும் ராஜமார்த்தாண்டன் உள்ளிட்ட காலச்சுவடு நண்பர்களையும் இந்நேரத்தில் நன்றியுடன் நினைத்துக்கொள்கிறேன்.

03.08.2008
சென்னை

பழ. அதியமான்

~ ~

சென்னைக்கு வந்தேன்

சி.சு. செல்லப்பா

~

சென்னைக்கு நான் என் பதினோராவது வயதில் ஒரு தடவையும் பிறகு இரு தடவைகள் இன்டர்மீடியட், பி.ஏ., குறைப் பரீட்சைகள் எழுதவும் வந்திருந்திருக்கிறேன். ஆனபோதிலும், எழுத்தாளனாக 1935 கடைசியில், தந்தை எனக்கு உத்தேசித்திருந்த வாழ்க்கைப் பாதையை ஏற்காமல், அந்தக் காலத்துக்கு அவ்வளவாகத் தெரியவராத பத்திரிகைத் தொழிலில் ஈடுபடும் ஆர்வத்துடன் வந்ததைப் பற்றிய நினைப்புதான் நான் 'சென்னைக்கு வந்தேன்' என்று சொல்லுவது ஒரு அர்த்தத்தைக் கொடுப்பதாக இருக்கிறது. 1934இல், சங்கு சுப்ரமண்யம் ஆசிரியராக இருந்த 'சுதந்திரச் சங்கு'வில் எழுத்தாளனாக மலர்ந்து, அது நின்றபின், வ.ரா. 'மணிக்கொடி'யில் வளர்ந்து, அதுவும் நின்றதும் பி.எஸ். ராமையாவின் தனிச் சிறுகதை 'மணிக்கொடி'யில் பெரியவனாகி இருந்த சந்தர்ப்பம் அது. என் விருப்பத்தை அவருக்குத் தெரிவித்து எழுதினேன். எச்சரிக்கையும் ஊக்கமும் கலந்து அவர் எழுதிய கடிதம், இரண்டையும் மனத்தில் கொண்டு என்னைச் சென்னைக்கு வரச் செய்தது.

இலக்கியச் சூழ்நிலை என்று ஒன்று இருக்கக்கூடும் என்பது எனக்குக் கொஞ்சமும் தெரியாது. அதற்கு முன் தந்தை உத்யோகமாக இருந்த திருநெல்வேலி ஜில்லா ஊர் ஒன்றில் இருக்கிறபோது, ஏதோ பத்திரிகையில் வருவதைப் படித்துவிட்டு, நாமும் எழுதலாமே என்று நினைத்து, வகை எதுவும் அறியவராத நிலையில்தான்

நான் எழுத ஆரம்பித்தேன். நான் சென்னை வரும் வழியில் கும்பகோணத்தில் இறங்கிச் சந்தித்த ந.பிச்சமூர்த்தி, கு.ப.ராஜ கோபாலன் இருவரும்தான் நான் முதல் முதலாகச் சந்தித்த எழுத்தாளர்கள். ஆனால் ஒன்று: ஸ்ரீவைகுண்டத்தில் ரா.வெங்கடாசலம் என்று ஒருவர் கவிதை, கட்டுரைகள் எழுதிக்கொண்டிருந்தார். இப்போது அவர் இல்லை. அவரும் நானும் சில சமயம் சந்தித்திருக்கிறோம். ஆனால் இலக்கியம் பேசினோமா என்பது ஞாபகமில்லை. எங்கே பேசி இருக்கப் போகிறோம்?

இலக்கியச் சூழ்நிலை என்று ஒன்றை நான் பார்க்க முடிந்தது சென்னை வந்ததும்தான். 'மணிக்கொடி' ஆபீசுக்கே பெட்டி படுக்கையுடன் வந்து தங்கி இருந்தேன். வந்து இரண்டு மூன்று நாட்களுக்குள் அந்தச் சூழ்நிலை என் மனதில் உருவாகி விட்டது. அதைப் பற்றித்தான் இந்தக் கட்டுரையில் லேசாகப் பிரஸ்தாபிக்க உத்தேசம் எனக்கு. பி.எஸ். ராமையாவைக்கூட எனக்கு அப்போது 'தெரியும்' என்ற முழு அர்த்தத்தில் சொல்லும் படியாக பழக்கமே இல்லை. அதற்கு முன்பு ஒன்றிரண்டு தடவை சென்னைக்கு வந்த சமயம். அவரைத் தற்செயலாகப் பெரியவர்களுடன் சந்தித்திருக்கிறேன் சில நிமிடங்களுக்கு. எனக்கு நேரடிப் பழக்கம் கிடையாது. அவர் முகம்கூட என் மனதில் பதிந்து இருந்ததில்லை.

நான் சென்னை வந்தபோது முழுக்க முழுக்க ஒரு 'மொப் யூஸல்'காரன்தான். நான்கு பேருடன் பேசியும் பழகாதவன். இந்த 'மொப்யூஸல்' குணமும் அதிகம் பழகாத சுபாவமும் இப்பவும் வேறு சில அம்சங்களில் எனக்குள் இருப்பதாகவே நான் உணர்கிறேன். சென்னைக்கு வந்து, நல்ல எழுத்தாளர்கள் என்று எழுத்துக்கள் மூலம் தெரிய வந்திருந்த வ.ரா., சங்கு, பி.எஸ். ராமையா, ந. பிச்சமூர்த்தி, புதுமைப்பித்தன், கு.ப. ராஜ கோபாலன், கி. ரா., சிட்டி (பெ.கோ.சுந்தரராஜன்), ந. சிதம்பர சுப்ரமண்யன், பி.எம். கண்ணன், 'சைத்ரிகர் ஆர்யா' (பாஷ்யம்) இவர்களில் பலரை நான் ஒரு சில தினங்களுக்குள் அறிந்து கொள்ள ஏற்பட்டது.

நான் வருவதற்கு முன்பே இலக்கியச் சூழ்நிலையில் ஒரு விருவிருப்பு கண்டிருந்தது. அது பற்றியத் தகவல்கள் மற்றவர்கள் சொல்லி நான் கேள்விப்பட்டதுதான். வ. ரா., கே. ஸ்ரீனிவாசன், டி.எஸ். சொக்கலிங்கம் மூவரும் ஒரு குழுவாக அமைந்து 'மணிக் கொடி'யும் 'காந்தி'யும் நடத்தி மேலே குறிப்பிட்ட எழுத்தாளர் களை (இவர்களில் பலர் அன்றைய 'இளம் எழுத்தாளர்கள்') உருவாக்கி இருந்தார்கள். அதைப் பற்றிய ரசமான தகவல்களை அவர்கள் மூலமாக நாம் அறிந்துகொள்வது சுவராஸ்யமாக இருக்கும். நான் வந்த பிறகு அந்தப் பரபரப்பு இருந்ததைப்

பார்க்க முடிந்தது. ஆனால் அதற்கு முன் இருந்ததாகக் கூறப்பட்ட திலிருந்து மாறுபட்டதாக இருந்தது. வ.ரா. இலங்கைக்குப் போய்விட்டார் 'வீரகேசரி' ஆசிரியராக. கே. ஸ்ரீனிவாசன் பம்பாய்க்குப் போய்விட்டார். டி.எஸ். சொக்கலிங்கம் முழுக்க 'தினமணி'யில் ஈடுபட்டுவிட்டார். ஆகவே ஒரு 'ஜூனியர் கோஷ்டி, பழைய சூழ்நிலையை நீடிக்கவைத்துக் கொண் டிருந்தது. இந்தக் கோஷ்டிக்குத் தலைவர் பி.எஸ். ராமையா. அதன் நடவடிக்கைகளுக்குக் களம் புதிய சிறுகதை 'மணிக்கொடி' பத்திரிகை. இடம், பிராட்வேயில் யூனிவர்சிட்டி கிளப்பை அடுத்துப் போகும் டக்கர்ஸ் சந்தில் உள்ள 'சாலெ மான்ஷன்ஸ்' என்ற பெரிய இரண்டடுக்கு மாடியில், படியேறியதும் நேர் எதிரில் தெரியும் பெரிய ஹால். அதுதான் 'மணிக்கொடி' ஆபீஸ். எழுத்தில் மட்டுமின்றி வாழ்க்கை சம்பந்தமாக சோதனை நடத்தச் சென்னைக்கு வந்த, சென்னையிலேயும் இருந்த, இன்று மணிக்கொடி கோஷ்டி எனப்படுகிற இந்த யுவர்கள் தங்கி இருந்து பகல், இரவுகூட இலக்கியக் கும்மாளம் அடித்த இடம்.

கும்மாளம் என்கிறபோது ஒரு ரசமான சம்பவம் ஞாபகம் வருகிறது. அந்தக் கட்டிடத்திற்குள், அந்த அறைக்கு நேர் எதிரில் உள்ள ஒரு அறையில் சில வங்காளிகள் இருந்தார்கள். எப்போது பார்த்தாலும் வங்காளியில் கோஷ்டியாகப் பாடிக் கொண்டே இருப்பார்கள். இங்கே நாங்கள் படிப்பது, எழுதுவது, இலக்கியம் பேசுவது இவைகளைத் தவிர வேறு எதுவும் கிடை யாது. அமைதியாக இருக்க முடியவில்லை. ஒன்றிரண்டு தடவை ராமையா போய் அந்த வங்காளி நண்பர்களிடம் உபத்திரவ மாக இருக்கும்படியாகச் சப்தம் போடாதிருக்கும் படி கேட்டுப் பார்த்தார். அவர்கள் சங்கீத உற்சாகம் எங்கள் இலக்கிய உற்சாகத்திற்கு குறைந்திருக்குமா? அதிலும் வங்காளிகள் இல்லையா? பொறுக்க முடியாமற் போய்விட்டது. ஒரு நாள் ஆர்யாவும் ராமையாவும் ஆளுக்கொரு தகரத்தையும் கோலையும் எடுத்துவைத்துக்கொண்டார்கள், வெளுத்து வாங்கினார்களே பார்க்கணும்! அத்தனை அறைக்காரர்களும் பதறியோடி வந்து விசாரித்தார்கள், அந்த வங்காளி நண்பர்கள் உள்பட. அதன் பிறகு அவர்கள் பாட்டு எங்கள் படிப்பையோ எழுத்தையோ பாதிக்கும்படியாக ஏன் கேட்கிறது!

பி.எஸ். ராமையாவின் உற்சாகத்துக்கும் கலகலப்புக்கும் ஈடுகட்டிப் பேசுவது என்பது சற்றுச் சிரமமான காரியம். இன்றுகூட அவர் அதைக் காப்பாற்றி வருகிறார். அவருக்கு அப்போது 'மணிக்கொடி'யில் உதவிசெய்துகொண்டிருந்தவர் கி.ரா. ராமையாவுக்கு நேர் எதிரிடை அவர். அவரது புன்சிரிப்பு முகம்தான் என் கண்முன் எப்போதும் வருகிறது.

நான் 'மணிக்கொடி' ஆபீசுக்கு வந்த முதல் நாள் மாலையில் வெளியே போய்விட்டு வரும்போது இன்னொரு புதியவர் ஒரு பாயைப் போட்டுப் படுத்துக்கொண்டிருந்தார். ஒல்லியாகக் குச்சிமாதிரி, ஜிப்பா அணிந்து, பரட்டைக் கிறாப்புத்தலை. ஒரு கையில் ஏதோ ஒரு பெரிய இங்கிலீஷ் பத்திரிகை. (அந்தப் பத்திரிகைகளைப் பற்றிய பேரெல்லாம் பின்னால்தான் எனக்குப் பழக்கமானது) மற்றொரு கையில் சிகரட், படுக்கையைச் சுற்றி, உபயோகித்து எறியப்பட்டுக் கிடந்த சிகரட் துண்டுகள். 'விருத்தாசலம் ஸார், நமது ஊர்ப் பையன் 'ஸரஸாவின் பொம்மை' என்று அறிமுகப்படுத்தினார் ராமையா. 'நம்ம கூட்டத்திலே வந்து சேர்ந்துட்டார்' என்று பேச்சும் சிரிப்பும் கலந்துகட்டிப் பேசினார் அவர். சொ. விருத்தாசலம் என்ற பெயரில் சில 'மணிக்கொடி'யில் பார்த்திருந்தேன். ஆனால் அவர்தான் புதுமைப்பித்தன் என்று ராமையா சொன்னபோது தான் நான் அவரைச் சிரத்தையுடன் பார்க்க ஆரம்பித்தேன். அவரது கதைகளை மதித்ததால் அல்ல; ஏதோ நூதனமாக இருந்தன என்பதால். உட்கார்ந்த இடத்தையோ படுத்த இடத்தை யோ சுற்றிக் கணக்கற்ற, உபயோகித்த சிகரட் துண்டுகள் கிடந்தால் சொ.வியின் இடம் அது என்று 'மணிக்கொடி' ஹாலில் தெளிவாகத் தெரியும்.

நாங்கள் வெளியே சாயந்திரம் திருவல்லிக்கேணிக்கு ஒரு வீட்டுக்குப் போனோம். ராமையா, கி.ரா., ஆர்யா, நான் இன்னும் ஒரு நண்பரும். அந்த வீட்டின் மாடியில், நிறையப் புஸ்தகங்கள் வைக்கப்பட்டிருந்த ஒரு அறை. சிவப்பு நிறமும் நல்ல வசீகரத் தோற்றமும் எடுப்பான முகமும் விழியுமாக நல்ல அந்தஸ்தில் இருப்பவராகத் தோன்றிய தூய கதராடை தரித்திருந்த ஒருவர் எங்களை வரவேற்றார். அவர்களுக்கு நன்கு பழக்கமானவர். எனக்கு யாரென்று தெரியாது. என் சுபாவ கலகலப்பின்மையுடன் அவர்களுக்குப் பின் உட்கார்ந் திருந்தேன். அவரை ராமையா ஏதோ பிளேட்டு வைக்கச் சொன்னார். அப்போதெல்லாம் ரேடியோ கிடையாது. பாதி பிளேட் ஓடியதும் திடீரென்று ராமையா 'அதைக் கொஞ்சம் நிறுத்துங்கள்' என்றார் அவரிடம். அவர் புரியாமல் நிறுத்தினார். நானும் விழித்தேன். 'சிதம்பரசுப்ரமண்யம்! இவன்தான் செல்லப்பா. சரி, பிளேட்டை வையுங்கள்' என்றார். அவர் என்னைப் பார்த்து அப்படியா என்று சொல்லிக்கொண்டு புன்சிரிப்புடன் பிளேட்டை வைத்தார். இது ஒரு தினுசான அறிமுகம்.

இரவு நான் வெளியே போய்விட்டு வந்தபோது இன்னொரு வர், ஒல்லியாகத்தான், நல்ல கறுப்பு, படுத்து ஒரு வண்டிப்

பத்திரிகைகளைத் தன் பக்கத்தில் போட்டுக்கொண்டு ஒன்றைப் படிப்பதில் ஈடுபட்டு இருந்தார். அது யாரென்று கேட்கவில்லை நான். எப்பொழுதுமே வெளிக்கு என் அவாவைக் காட்டிக்கொள் ளாதவன். 'சிட்டி சார், நான் உங்களுக்கு ஒரு *surprise* வைத்திருக் கிறேன்' என்றார் ராமையா. 'எனக்குத் தெரியும், நீ சொல்ல வேண்டிய அவசியமில்லை' என்று பதில் கடுப்பாக. 'என்ன தெரியும்?' – ராமையா. 'நீதான் மூன்று நாளாக டமாரம் அடித்து வருகிறாயே. குடுமியும் பட்டுக்கரை வேஷ்டியுமாக வேறு யாராயிருக்க முடியும்? . . . 'சி',. 'சபாஷ் சிட்டி!' என்று ராமையா கூவினார். இப்படி இன்னொரு வித அறிமுகம்.

எதிர்காலத்தில் இலக்கியத்தில் டென்சிங் சாதனை காட்டப் போகிற ஒரு நம்பிக்கையில் இவர்கள் கழித்த நாட்கள் வெகு விசித்திரமானவை. சிலருக்குக் கல்யாணம் ஆகவில்லை. சிலருக்குச் சென்னையில் குடும்பம்போட எழுத்தாளர் வாழ்க்கை இன்னும் வசதி ஏற்படுத்தவில்லை. அதனால் 'சத்திரத்தில் போஜனம், மடத்தில் நித்திரை' என்கிறபடி இந்தப் பத்திரிகைக் குவியலும் புஸ்தக அடுக்குமாக, தாறுமாறாக இருந்த அந்த 'மணிக்கொடி' ஆபீசில், கூடாரத்தில் குடி இருந்த ஒரு அரை டஜன் எழுத்தாளர்கள் பொழுதுபோக்கினோம். அறையில் இருந்தாலும் வெளியே புறப்பட்டாலும் கும்பலாகத்தான். ரா.கி. (கல்கி), 'ஆனந்தவிகடன்' எழுத்து இதுதான் பேச்சில் சதா அடிபடும். இலக்கியத்தில் 'மாரீசத்தனம்' பற்றி நொறுக்குப் பேச்சு. பாரதி, பாரதி வழிதான் ஸ்மரணை. எழுத்தில் புது சோதனை – இதுதான் தியானம். வந்த 'மணிக்கொடி' கதைகளை அலசி விமர்சனம், சாப்பாட்டைப் பற்றிச் சிரத்தை இதற் கெல்லாம் அப்புறம்தான். கையில் எப்பொழுதும் அதிகமாகக் காசு செழிக்கும்படியாக இருக்காது; ஏன், பிடித்துச் செலவழிக்கக் கூடப் போதாது. (நான் கொஞ்சம் ஒரு ஆறுமாதத்துக்கு வசதி பண்ணிக்கொண்டு வந்தவன்.) 'ஜெயபாரதி' (காலணா பத்திரிகை) யில் சம்பளம் இல்லாமல் வேலை பார்த்தேன். ஆறு மாதம் ஆனதும் ஏற்பாடு எதுவும் ஆகாததால் திரும்ப நான் ஊருக்குப் புறப்பட்டுவிட்டேன். ஆனால் திரும்பச் சீக்கிரமே வந்தேன். அது முதல் இரண்டு மூன்று தடவை வந்துபோய், இப்போது பதிமூன்று வருஷகாலமாகத் தொடர்ந்தாற்போல் இருந்து வருகிறேன்.

நான் சென்னைக்கு வந்தபோது 'ஆனந்தவிகடன்', 'மணிக் கொடி', 'கலைமகள்' மூன்றுதான் குறிப்பிடத்தக்க பத்திரிகை கள். மூன்றும் மூன்றுவிதப் போக்கு. 'மணிக்கொடி'க்காரர்கள் 'ஆனந்தவிகட'னில் எழுதமாட்டார்கள். 'ஆனந்தவிகடன்' எழுத் தாளர்களுக்கு 'மணிக்கொடி'யில் இடம் கிடைக்காது. 'கலைமகள்'

பத்திரிகையில் இரு போக்குகளும் சந்திக்கும். அதில்தான் கல்கி கதையையும் ந. பிச்சமூர்த்தி கதையையும் பார்க்கலாம். 'கலைமக'ளில் இரண்டு கதைகள்தான் அப்பொழுதெல்லாம் வெளிவரும். அதை வளர்க்கக் கி.வா. ஜகந்நாதன் எடுத்துக் கொண்ட சிரத்தை எல்லோருக்கும் தெரிந்தது.

நான் சென்னை வந்ததும் 'பாரதி மகாகவியா, இல்லையா?' என்ற விவகாரம் புயலாக அடித்தது. 'சுதேசமித்திரன்' களத்தில் வ. ராவும் கல்கியும் மோதியதும் வ. ராவுக்குப் பலம் கொடுத்து 'மணிக்கொடி' ஆபீசிலிருந்து இரவு முழுக்க உட்கார்ந்து எழுதி பெ.கோ. சுந்தரராஜன், புதுமைப்பித்தன், ராமையா ஆகியோரது கட்டுரைகள் போனதும் எல்லோரும் சேர்ந்து உட்கார்ந்து, வாதத்துக்கு ஆதாரங்கள் அலசி ஆராய்ந்ததும் இன்றுபோல இருக்கின்றன.

கலாசாலையில் பாடப் புஸ்தகமாக இருந்த கதைகள், நாவல்கள் மற்றும் பள்ளிக்கூடப் புத்தகசாலையில் இருந்த புஸ்தகங்கள் சில – இவைகளைப் பற்றி மட்டும் அறிந்திருந்த எனக்கு இலக்கிய உலகம் எவ்வளவு பரந்து கிடந்தது என்பது சென்னை வந்து இந்த அறிமுகங்கள் மூலம் எழுத்தாளர்களுடன் பழகிய பின்தான் தெரியவந்தது. அதிலும் குறிப்பாகச் சிலருடன். சிட்டி, சிதம்பரசுப்ரமண்யன்; பிற்பாடு கு. ப. ரா., ந. பிச்சமூர்த்தி அதற்குப் பின் க.நா. சுப்ரமண்யம் ஆகியோருடன் ஏற்பட்ட நெருங்கிய பழக்கத்தில்தான் படிப்படியாகத் தெரிய வந்தது. ஆரம்பத்தில் பல காலம் நான் அவர்கள் பேசுவதைக் கேட்டுக்கொண்டிருப்பேன். எங்களுக்கு இடையே கணக்கற்ற மாதக்கணக்கான சம்பாஷணைகள் நடக்கும். அவை வெகுதூரம் என் இலக்கிய மனதைப் பண்படுத்தின.

நான் சென்னைக்கு வந்தபோது வ.ரா.வைப் பார்க்க முடியாதது ஒரு குறையாகத்தான் இருந்தது. அவர் இல்லாது போனாலும் அவர் செல்வாக்கு வெளித் தெரிந்தது. அவரைப் பற்றிப் பேசாதவர்கள் கிடையாது. வ.ரா.வைப் பிற்பாடு பார்த்தேன். அவரோடு தொடர்பும் ஏற்பட்டது. ஆனால் அவர் பிற்காலத்தில் இலக்கியப் பார்வையிலிருந்து வெகுதூரம் தள்ளிப்போய்விட்டார். இருந்தாலும், அன்று பாரதி மகாகவி என்று தமிழ் சமூகம் அறியவைத்த வ.ரா.வைப் 'பாரதிக்குப்பின் வ.ரா.தான்' என்று அறிந்துகொள்ள வேண்டிய நாள் வருகிற போதுதான், நான் சென்னைக்கு வந்தபோது கண்ட இலக்கியச் சூழ்நிலையின் தன்மை புரிந்துகொள்ளப்பட்டதாக ஆகும்.

இப்பொழுதுபோலக் கவர்ச்சிகரமான அட்டைப்படங்களும் பருவ வயதானவர்களுக்குச் சுவராஸ்யமாகப் படக்

கூடிய கதைகளும் உள்ள, லட்சத்தையும் மிஞ்சிய பிரதிகள் விற்பனையாகும் பத்திரிகைகள் இல்லாத காலம் அது. 'மணிக் கொடி' ஆயிரம், அதிகம்போனால் இரண்டாயிரம்; 'ஆனந்த விகடன்' சில ஆயிரங்கள்; 'கலைமகள்' நூற்றுக்கணக்கில், அதிகம்போனால் ஆயிரம்தான் போன காலம். வாசகர் தொகை யும் குறுகியிருந்த காலம். ஆனால் இலக்கியத் தீவிரம், அழுத்தம், ஆர்வம் உள்ள காலம் என்பதைச் சொல்லத்தான் வேண்டும். இப்பொழுது பல மடங்கு வாசகப் புற உலகம் விரிந்திருப்பதற்குத் தக்க விகிதத்தில், எழுத்தாள அக உள்ளம் அந்த அழுத்தம், தீவிரம் காட்டவில்லை என்பதையும் சொல்லாமல் இருக்க முடியாது.

இன்னும் இப்படி நான் சென்னைக்கு வந்த காலத்துச் சம்பவங்களை, மனப்பதிவுகளை அடுக்கிக்கொண்டே போக முடியும். ஆனாலும் ஒன்றை மட்டும் சொல்லிவிட்டு நிறுத்திக் கொள்கிறேன். அதைச் சொல்ல வேண்டியது அவசியம். இந்தக் கட்டுரை வெளிவரும் பத்திரிகையின் ஆசிரியர் விஜயபாஸ்கரன் ஒரு நாள் கூறினார்: 'நாங்கள் இந்த மணிக்கொடிக்காரர் களைப் பற்றி நினைத்திருந்தது தவறு என்று இப்பொழுது படுகிறது. அவர்கள் ஒரே கோஷ்டி, பரஸ்பரம் பாராட்டிக்கொள் கிறவர்கள் அல்ல. அவர்களுக்குள் இரண்டு பேர்களிடையே அபிப்ராய ஒற்றுமையைக் காணோம், பேசிப் பழகியதில்' என்றார். இவரைப் போலவே பலர் நினைத்துக்கொண்டிருந் தார்கள். இன்றும் நினைத்துக்கொண்டு இருக்கிறார்கள். அது உண்மை நிலையை அறிந்ததல்ல என்பது இவர்களுக்கு இடையே அவ்வப்போது நடந்துள்ள சில இலக்கிய சர்ச்சை களைப் படித்தவர்களுக்குத் தெரியும். நான் சென்னைக்கு வந்தபோது பார்த்த 'மணிக்கொடி' கோஷ்டி ஆழ்ந்த கருத்துப் போக்கான எழுத்து பற்றி ஒருமுகச் சிரத்தையுள்ளவர்களே யன்றி அவரவர் எழுத்து முறையில் தனித்தனியானவர்கள். தங்களது அன்றைய நிலைக்கு மீறிப் பலமடங்கு வளர்ந்து, ஒருவரோடு ஒருவர் இணைந்தோ, எழுத்து முறையில் ஒப்பிட்டோ சொல்ல முடியாத படி ஒருவிதத் தனித்தன்மையுடன், அவரவர் செய்துவரும் இலக்கியச் சோதனைகளுக்கும், நோக்கு கொள்ளும் வாழ்க்கை, இலக்கியச் சித்தாந்தங்களுக்கும் பிரதிநிதிகளாக நிற்பவர்கள் என்பதுதான் கவனிக்கத்தக்கது.

ஒன்றுமட்டும் இன்றும் எனக்குள் தெளிவாகவில்லை. நான் சென்னை வந்தது, என் இலக்கிய வாழ்க்கைக்கு ஓரளவு பயன்பட்டிருக்கிறதாக, மனதில் பட்டுக்கொண்டிருக்கிற அதே சமயத்தில், உள்ளூர, அது சம்பந்தமாகவே என் கிராமத் தோடு இருந்திருந்தால் கிடைத்திருக்கக்கூடிய அநுபவங்கள்

எனக்குக் கிடைக்காமற் போய்க்கொண்டிருப்பதாகவும் தோன்றிக் கொண்டே இருக்கிறது. சென்னை இன்னும் எனக்கு ஒட்ட வில்லை போலத்தான் உணருகிறேன்.

சரஸ்வதி, செப்டம்பர் 1958

உன்னிடம் அன்பு செலுத்துகிறேன்

வல்லிக்கண்ணன்

~

எப்படியும் சென்னை போய்ச் சேருவது என்று முடிவு செய்தேன் நான்.

தமிழ்நாட்டின் தெற்கு மூலையில் உள்ள திருநெல் வேலியில், மத்தியதரக் குடும்பத்தில் 'வேலையில்லாமல் வெட்டிப் பொழுதுபோக்கிக்கொண்டிருந்த' ஒரு இளை ஞனைப் பொறுத்தவரை அது மாபெரும் தீர்மானமே யோகும். எழுத்தாளன் ஆகியே தீருவது என்று கங்கணம் கட்டிக்கொண்டு உழைத்து – கண்டது கற்று, இஷ்டம் போல் எழுதி, எல்லாப் பத்திரிகைகளுக்கும் அனுப்பி, வெற்றியும் தோல்வியும் கண்டு, ஓரளவு கவனிப்பும் பெற்று – வந்த நான் மேலும் வளர்ச்சி பெற வேண்டு மானால் திருநெல்வேலியிலேயே தங்கியிருப்பதில் பயனில்லை என்று தோன்றியது.

திருநெல்வேலிக்காரர்களுக்குப் பொதுவாகத் தமிழ் நாட்டின் பெரும்பாலருக்கும் – 'அட்வென்ச்சரஸ் ஸ்பிரிட்' கிடையாது. தடம்புரண்ட பாதையிலேயே ஊர்ந்து நெளியும் வாழ்க்கைமுறைதான் அவர்களுக்கும் பிடிக்கும். புதுமைகளை ஏற்றுக்கொள்ளும் விரிந்த மனோபாவமும் முற்போக்கு முயற்சிகளில் துணிந்து ஈடுபடும் தெம்பும் உற்சாகமும் அங்குள்ளவர்களுக்குக் குறைவுதான். 'எனது கிணற்றைவிடப் பெரியது இந்த உலகத்திலேயே வேறெது வும் கிடையாது' என்று ஜம்பம் பேசிய கதாநாயகத் தவளை மாதிரி, 'எங்கள் திருநெல்வேலியைவிடச் சிறந்த ஊர் வேறு இல்லை – இருக்காது – இருக்க முடியாது – இருக்கவே கூடாது' என்ற எண்ணமுடைய பெரியவர்கள்

சென்ற தலைமுறையில் நிறையவே இருந்தார்கள், இன்றும் இல்லாமல் போகவில்லை.

எழுத்து வெறி பற்றி, நான் சர்க்கார் ஆபீஸ் குமாஸ்தா வேலையை ராஜிநாமா செய்ததும் ஒரு பெரியவர் சொன்னார்: 'தம்பி, நீ வெற்றிலை பாக்குக் கடை வை. பிளாக் மார்க்கட் பண்ணு. என்ன வேண்டுமானாலும் செய். ஆனால் எழுத்துத் தொழிலில் மட்டும் ஈடுபடாதே. நான் சொல்வதைக் கேட்டு, புத்தியாய்ப் பிழை!'

நான் அப்படிப் பிழைக்க விரும்பவில்லை. 'உருப்படாமல் போக'வே ஆசைப்பட்டேன். அதனால் 1942ஆம் வருஷம் மே மாதம் ஒரு நாள் அதிகாலை வேளையில் வீட்டைவிட்டுக் கிளம்பினேன். ஒருவரிடமும் சொல்லிக்கொள்ளாமல். கையிலே காசு இல்லாமல்தான். 'ஆலிவர் கோல்ட்ஸ்மித் நடந்து நடந்தே ஐரோப்பா பூராவும் சுற்றினானாமே. மாக்ஸிம் கார்க்கி எங்கெங்கோ திரிந்தானாமே. நானும் ஏன் திரியக் கூடாது?' என்ற நினைப்பு இருந்தது.

திருநெல்வேலியிலிருந்து சென்னை சுமார் 400 மைல் தூரம். தினசரி 30 மைல் நடந்தால், ஒருவன் 14 நாட்களில் சென்னையை அடையலாம்.

கணக்கின்படி இது மெத்தச் சரி. ஆனால் வசதிகளற்ற நிலையிலே ஒருவன் அவ்வாறு செய்ய இயலுமா? அதைப் பற்றி நான் கவலைப்படவில்லை. முதல்நாள் 35 மைல் நடந்து கோவில்பட்டி சேர்ந்தேன். ரயிலடியில் தூங்கினேன். இரண்டாவது நாள் 30 மைல் நடந்து விருதுநகர் சேர்ந்து, ரஸ்தா ஓரத்தில் தூங்கி, மறுநாள் 30 மைல் நடந்து மதுரை சேர்ந்தேன். அங்கே உத்தியோகம் பார்த்த உறவினர் ஒருவரிடம் ஒரு கதை கட்டி, மூன்று ரூபாய் வாங்கிக்கொண்டு காரைக்குடி போனேன் ... பத்திரிகைகள் உள்ள ஊர்கள் தோறும் படையெடுத்து வேலை கேட்பது, அல்லது பணம் பெற்றுச் சென்னை யாத்திரையைத் தொடர்வது என்பது என் எண்ணம். ஆனால் எனக்கு வேலையும் கிடைக்கவில்லை; பணமும் கிடைக்கவில்லை. பாராட்டுகள் என்னவோ நிறையவே கிடைத்தன.

அதற்குள் என் அண்ணா பத்திரிகை உலக நண்பர்களுக்கெல்லாம் கடிதம் எழுதிவிட்டார். என் இருப்பிடத்தை அறிந்துகொண்டு, அஞ்சு ரூபாய் மணியார்டர் செய்தார். நான் வெற்றிகரமாக வீடு திரும்பினேன்! அப்பொழுது ரயில் சார்ஜ் ஏகத்தாறாக உயர்ந்திருக்கவில்லை.

நான் வீட்டைவிட்டுக் கிளம்பியபோது கோயில் மணி எதுவும் ஆர்த்திடவில்லை. டிக் விட்டிங்டன் என்பவன் வீட்டை

28 ~ சென்னைக்கு வந்தேன்

விட்டு வெளியேறியபோது, மாதா கோவில் மணி 'திரும்புக விட்டிங்டன்! மும்முறை ஆவாய் லண்டன் மேயராய்!' என்று முழங்கியதாம். அதைக் கேட்டு ஊர் திரும்பிய சிறுவன் பிற் காலத்தில் லண்டன் மேயராக விளங்கவும் முடிந்தது. நான் நகரசபைக் கவுன்சிலராகக்கூட வர முடியாது என்பது எனக்குத் தெரியும். ஆகவே நான் தீவிரமாக முயற்சி செய்து, சிறுபத்திரிகை களில் வேலைபிடித்து, வெளியூர்களில் காலம் கழித்து, ஒரு வழியாக 1943 பிற்பகுதியில் சென்னை வந்து சேர்ந்தேன் – சக்திதாசன் சுப்பிரமணியன் 'நவசக்தி' எனக்கு இடம் அளிக்கும் என்று அழைத்ததால்.

'கிராம ஊழியன்' ஆண்டு மலர் சம்பந்தமாக வந்திருந்த திருலோக சீதாராம் எனக்குச் சென்னையையும் சென்னை எழுத்தாளர்களையும் அறிமுகம் செய்ய முன்வந்தார். நாங்கள் இருவரும் வீதிகளில் திரிந்தோம். டிராமில் சுற்றினோம். பெரிய எழுத்தாளர்கள், பேராசிரியர்கள் வீடுகள் தேடிச் சென்றோம். கதை, கட்டுரைகள் வாங்குவதற்குத்தான். விளம்பரம் தேடி, சினிமாக் கம்பெனிகளுக்குள்ளும் வியாபார ஸ்தலங்களினுள்ளும் புகுந்து வந்தோம். அதனால் நாகரிகப் பெருநகரத்தையும் சென்னை எழுத்தாளர்களையும் ஓரளவு புரிந்துகொள்ள முடிந்தது என்னால்.

நான் திருநெல்வேலி ஜில்லாவில் உள்ள ஸ்ரீவைகுண்டத்தில் குமாஸ்தா வேலை பார்த்து வந்தபோது, 1939இல்தான் எழுதத் தொடங்கினேன். எனது எழுத்துக்களையும் ஆர்வத்தையும் பாராட்டிய வக்கீல் நண்பர் ஒருவர் சொல்வது வழக்கம், 'உமக்கு ஏற்ற இடம் இது அல்ல; உமது வளர்ச்சிக்கு வகை செய்யக்கூடிய புத்தகங்கள்கூட இங்கே கிடைக்கமாட்டா. நீர் சென்னையில் இருந்தால் நல்லது' என்று.

சென்னை சேர்ந்த பிறகு, திருலோக சீதாராம் துறையூர் திரும்பிவிட்டதும், நான் தனியாகவே நகரையும் நபர்களையும் ஆராயும் வேலையில் முனைந்தேன். ஒரு சமயம் கன்னிமாரா லைபிரரி சென்றேன். 'ஏ யம்மோவ்! இவ்வளவு புத்தகங்களையும் படிக்க ஒரு மனித ஆயுள் போதாது. பெர்னாட்ஷா சொல்வது போல ஒருவனுக்கு முந்நூறு வருஷ வாழ்வு கிடைத்தால், ஒருவாறு படித்து முடிக்கலாம்' என்று எனக்குத் தோன்றியது. இவ்விதம் மலைப்பு தரும் இடத்தை இனி எட்டியே பார்க்கக் கூடாது என்று முடிவு செய்தேன். அப்புறம் அங்குப் போகவே யில்லை.

'நவசக்தி'யைத் திரு.வி.கவிடமிருந்து பெற்றுச் சக்திதாசன் சுப்பிரமணியன் மாதப் பத்திரிகையாக நடத்திக்கொண்டிருந்தார். கே. ராமநாதன் ('ஜனசக்தி') அப்போது அங்கிருந்தார். 'யுனிவர்

சிட்டி லைபிரரியிலிருந்து புத்தகங்கள் எடுக்கலாம். செஞ்சையா என்பவரின் கார்டு இருக்கிறது. ருஷ்ய இலக்கியங்களைப் படியுங்கள்' என்றார். நானும் உற்சாகமாக டாஸ்டாய்வ்ஸ்கி, துர்கனீவ், செக்காவ் நூல்களைப் தேடிப் பிடித்து எடுத்து வந்தேன். ஒரு நாள் லைபிரரியன் 'நீர்தான் செஞ்சையாவா?' என்று கேட்டார், 'இல்லை' என்றேன்.

'இந்தப் புத்தகங்களையே எடுத்துவரும்படி செஞ்சையாதான் சொன்னாரா?'

'இல்லை.'

'இனி, செஞ்சையாவிடமிருந்து கடிதம் வாங்கி வந்தால் தான் புத்தகம் தர முடியும்' என்றார் அவர்.

ராமநாதன் கடிதம் வாங்கித் தந்தார், 'கார்டு கொண்டு வருகிறவர் வசம் புத்தகங்கள் கொடுத்தனுப்புங்கள்' என்ற தன்மையில் பொதுவான கடிதம் அது.

மீண்டும் நான் ருஷ்ய இலக்கியங்களையே தேடிப்பிடித்துப் படித்துக்கொண்டிருந்தேன். மறுபடியும் ரைபிரேரியன் குறுக் கிட்டார். 'இனிமேல் ஒவ்வொரு தடவையும் இன்னின்ன புத்தகம் வேண்டும் என்று செஞ்சையா கடிதம் கொடுத்தால் தான் புத்தகங்கள் தர முடியும்' என்று அறிவித்துவிட்டார்.

இதை நண்பர் ராமநாதனிடம் தெரிவித்தேன். 'ரஷ்யன் லிட்டரேச்சராகவே தேடி எடுக்கவும், நாம் புரட்சி கிரட்சி பண்ணப்போறோம் என்று அவர் எண்ணிவிட்டாரோ என்னவோ!' என்றார்.

இஷ்டப்பட்டபோது நமக்குத் தேவையான புத்தகங்களைப் படிக்க வசதி செய்யாத நூல் நிலையங்களின் தயவு எனக்குத் தேவையில்லை. இனி நான் படிக்க ஆசைப்படுகிற புத்தகங்களை நானே விலைக்கு வாங்கிக்கொள்வேன் என்று தீர்மானித்தேன்.

அப்பொழுது வ.ரா. 'நவசக்தி'யில் தொடர் கட்டுரை எழுதிக்கொண்டிருந்தார். ஒரு நாள் அவர் காரியாலயத்துக்கு வந்தார். ராமநாதன் என்னை அவருக்கு அறிமுகப்படுத்தி னார். 'சென்னை வந்து சேர்ந்துவிட்டீரல்லவா! பேஷ். இனிமேல் சென்னையைவிட்டுப் போகாதீர். இலக்கியத்துக்காக வீட்டை விட்டு வெளியேறக்கூடிய தெம்பு இருந்தால்தான் ஒருவன் இலக்கிய உலகத்திலே முன்னேற முடியும்' என்று சொன்னார்.

ஆயினும் நான் அந்தத் தடவை சென்னையிலேயே தங்கி யிருக்கவில்லை. எனது வளர்ச்சிக்கு வசதி கிட்டும் என்று தோன்றியதால், நான்கு மாதங்களுக்குப் பிறகு நான் திருச்சி

ஜில்லாவில் உள்ள துறையூர் என்ற சிற்றூருக்குப் போய்ச் சேர்ந்தேன். அங்கிருந்துதான் 'கிராம ஊழியன்' எனும் மறுமலர்ச்சி இலக்கிய மாதமிருமுறை வெளிவந்தது. நான்கு வருஷ காலம் ஓடி மறைந்தது. 'கிராம ஊழியன்' சமாதி நிலை அடைந்தது. நான் வளர்ந்திருந்தேன். இனி என் எழுத்துப் பணியை எங்கிருந்து கவனிப்பது என்று யோசித்துக்கொண்டிருந்த போது சென்னையிலிருந்து ஒரு அன்பர் அழைத்தார். இந்தத் தடவை கூப்பிட்டவரும் ஒரு சுப்பிரமணியம்தான்.

நான் துறையூரில் வசித்தபோது தமிழ்நாட்டில் கோரநாதன் என்ற பெயருக்குத் திடீர் மௌசு ஏற்பட்டிருந்தது. 'கோயில்களை மூடுங்கள்!', 'சினிமாவில் கடவுள்கள்' போன்ற புத்தகங்கள் 'சுடச் சுட – தோசைகள் மாதிரி'ச் செலவாகி, எங்கும் பரவின. ஆகவே கோரநாதனை ஆசிரியராக்கி 'தீப்பொறி' என்றொரு வார ஏடு வெளியிடத் திட்டமிட்டார் திராவிடக் கழக அன்பர் எம்.கே.டி. சுப்பிரமணியம்.

எனக்கும் வேலையில்லை. 'எல்லோர் கவனிப்பையும் பெறும்படி பரபரப்பான காரியம் எதையாவது செய்தாக வேண்டும்' என்ற துடிப்பு எனக்கு இருந்தது. மறுமலர்ச்சி இலக்கியத்தின் தேக்க காலம் ஆரம்பித்திருந்தது. 'மணிக்கொடி' மறைந்து பல வருஷங்கள் போயிருந்தன. அதன் பெயரைச் சொல்லிக்கொண்டிருந்தவர்கள் ரேடியோ நிலையங்களிலும் சினிமா ஸ்டுடியோக்களிலும் வேறு உத்தியோகங்களிலும் நிலைத்துவிட்டார்கள். 'சூறாவளி'க்குப் பிறகு 'சந்திரோதயம்' மூலம் மறுமலர்ச்சி உண்டாக்க முயன்ற க.நா. சுப்ரமண்யம் சும்மா இராமல் எப்போதாவது 'இலக்கிய நண்பர்கள்', 'இலக்கிய வட்டம்' என்று சொல்லிக்கொண்டு எழுத்தாளர்களைச் சந்திக்க வைத்துப் பேசிப் பொழுதுபோக்குவதில் உற்சாகம் காட்டிவந்தார். 'ஜோதி நிலையம்' அ.கி. ஜயராமன் விடாமல் மறுமலர்ச்சி இலக்கியாசிரியர்களின் புத்தகங்களைப் பிரசுரித்து வந்தார்.

என் அண்ணா ரா.சு. கோமதிநாயகமும் ('அசோகன்') சென்னையிலேயே இருந்ததால், நான் சென்னை சேருவது என்று தீர்மானித்து, 1947 செப்டம்பர் இறுதியில் வந்து சேர்ந்தேன். 'தீப்பொறி'யின் தொடர்பு பதினொரு இதழ்களுடன் முடிந்து போயிற்று. நான் 'சுயேச்சை எழுத்தாளர்' ஆனேன்.

என் அண்ணாவும் நானும் 'சினிமா உலகம்' அலுவலகத்தில் தங்கியிருந்தோம். மவுண்ட் ரோடு அருகிலுள்ள ஜெனரல் பேட்டர்ஸ் ரோடில், 'சுபத்ராபாய் மேன்ஷன்'ஸில் அது இருந்தது. பரபரப்பும் இரைச்சலும் மிகுந்த நாகரிக நகரத்தில், சந்தடியும் நெருக்கடியும் மிகுந்த பல இடங்களில் அதுவும் ஒன்று. மோட்டார் ஒக்கிடும் தொழிற்கூடங்கள், சினிமா கம்பெனிகள்,

பத்திரிகை ஆபீஸ்கள், வேறு பல அலுவலகங்கள் எல்லாம் நிறைந்த காம்பவுண்டு அது. அங்கே ஒரு மூலையில் 'அமைதி நிலவிய' இடத்தில் 'சினிமா உலகம்' ஆபீஸ் இருந்தது. அதனருகிலேயே ஆர்டிஸ்ட் வேந்தன் ஸ்டுடியோவும் உண்டு. ஒவ்வொரு நாளும் அவர் இரவு பன்னிரண்டு மணிவரை வேலைசெய்து கொண்டிருப்பார். நாங்கள் புதிய புத்தகங்களைப் படிப்பதில் ஈடுபட்டிருப்போம். சென்னை வந்து சேர்ந்த பிறகு அண்ணாவும் நானும் ஏகப்பட்ட ஆங்கிலப் புத்தகங்களை வாங்கி அடுக்கி விட்டோம்.

'ஏபிஷியன்ட் பப்ளிஸிட்டீஸ்' அதிபர்கள் நல்ல இலக்கிய ரசிகர்கள், ஏராளமான புத்தகங்கள் படித்தவர்கள். அவர்களில் கணபதி என்பவர் அடிக்கடி சொல்வார், 'படிப்பது என்று ஆரம்பித்தால் அதற்கு ஒரு முடிவு கிடையாது. புத்தகங்கள் வாங்க ஆரம்பித்தாலும் அப்படித்தான்' என்று. அவர் மலையாள இலக்கியம், அம்மொழிக் கவிஞர்கள் பற்றி எல்லாம் சொல்லுவார். நல்ல சினிமாக்களைப் பற்றியும் உயர்ந்த இலக்கிய சிருஷ்டிகளைப் பற்றியும் பேசுவார். நாங்கள் படிப்பிலோ எழுத்திலோ ஆழ்ந்திருக்கும்போது, திடீரென்று பிரவேசிப்பார் கவிஞர் ச.து.சு. யோகி.

யோகியார் அப்போது, சுபத்ராபாய் மேன்ஷனில் இருந்த 'கண்ணா பிலிம்ஸ்' கட்டிடத்தில் தங்கியிருந்தார். 'என்னய்யா எப்ப பார்த்தாலும் படிப்பும் எழுத்தும்! தமிழ்நாட்டுக்கு இப்படி உழைப்பது பயன் தராது. தமிழ் எழுத்தாளன் புகழ் பெறவும் முடியாது. பணம் பண்ணவும் முடியாது. வாரும், சும்மா பேசிப் பொழுதுபோக்கலாம்' என்பார். அப்புறம் படிப்பு அவ்வளவுதான். விளக்குகளற்ற பின்புற வெளியிலே, பசுஞ் செடிகள் மத்தியில், வெள்ளிகள் மின்னும் இருண்ட வானவிதானத்தின் கீழே, குளிர்ந்த சுகமான நாற்காலிகளில் அமர்ந்து நாங்கள் சுவையான பேச்சில் மூழ்கிவிடுவோம். கம்பன் முதல் வம்பர்வரை, ஆஸ்கார் ஒய்ல்டில் ஆரம்பித்து அரசியல் முடிய, மாய மந்திர தந்திரங்கள் முதல் யோகம், காமம், கடவுள் ஈறாகச் சகல விஷயங்களும் பேச்சில் அடிபடும். நினைத்தால் சினிமா பார்க்கப் போவோம். இரவு பன்னிரண்டு மணிக்கு ஈரானி ஹோட்டலில் போய் டீ குடிப்போம். மவுண்ட் ரோடை ரசிப்போம். மனோகரமான இனிய அனுபவங்கள் அவை.

பிறகு தி.க. சிவசங்கரன் திருநெல்வேலியிலிருந்து வந்து சேர்ந்தார். 'சினிமா உலகம்' அறை சரிப்படாததால், நாங்கள் பல்லாவரத்தில் ஒரு இடம் பிடித்தோம். டி.ஆர். நடராஜன் (இப்போது 'தினமணி கதிர்' உதவி ஆசிரியர்) அடிக்கடி வருவார். நாங்கள் எழுத்துலகப் பெரியவர்களைச் சந்திப்பதைவிட,

ரஸ்தாக்களில் திரிவதிலும் எலெக்ட்ரிக் ரயிலில் பிரயாணம் செய்வதிலும் நேரம் பொழுது பாராமல் கடலோரத்தில் நிற்பதிலும்தான் அதிக சுவாரஸ்யமும் அதிகமான பலனும் உண்டு எனக் கருதினோம்.

ஏனெனில் தமிழ் எழுத்தாளர்கள் பெரும்பாலரது உள்ளத்தில் உண்மை ஒளி இல்லை, எண்ணத்தில் நல்லது இல்லை, பேச்சிலே நேர்மை இல்லை என நாங்கள் உணர்ந்தோம். அவர்கள் எழுத்திலே அழுத்தமில்லை, வாழ்விலே 'சுரத்' இல்லை என அறிந்தோம். எழுத்தாளர்கள் பெரும்பாலும் சொல்வாணிபர்களாக மாறிவந்ததையும் தங்கள் எழுத்துக்களைத் தவிரப் பிறர் எழுத்தைப் படித்து ரசிக்க மனமற்றவர்களாக வளர்வதையும் உணர்ந்தோம். பணப்பசிதான் அவர்களுக்கு அதிகம் – இலக்கியப் பசி மிக மிகக் குறைவு; அறிவுப் பசியை அவ்வளவாகக் காணோம் – என உணர்ந்தோம். பரஸ்பர முகஸ்துதிப் பிரியர்கள் பெருத்து வந்ததை உணர்ந்தோம். பத்திரிகைக்காரர்களும் புத்தக வெளியீட்டாரும் 'பிஸினஸ் பிஸினஸ்' என்ற மந்திரத்தை உச்சரிக்கக் கற்றுக்கொண்டார்கள். ஆயினும் 'தமிழுக்கு இவைதான் தேவை. தமிழ்நாட்டுக்கு எவை தேவை என்பது எங்களுக்குத்தான் தெரியும்' என்று மாரடிக்கவும் கற்றுவிட்டார்கள். ஆகவே நான் யாரையும் சந்திக்கச் சென்று எனது காலத்தை வீணாக்கமாட்டேன் என்று தீர்மானித்தேன்.

பல்லாவரத்தில் ஆறுமாத காலம் வசித்தபின், கோடம்பாக்கம் வந்து சேர்ந்தோம். 'ஒயிட் ஹவுஸ்' எனும் பெரிய வீட்டில் வாழ்ந்தோம். பெரும்பகுதி நேரங்களில், சத்திரம் போன்ற அந்த வீட்டில், நான் மட்டுமே தனித்திருந்தேன். எப்பொழுதும் தனிமை எனக்கு இனியதுதான்.

இரண்டு மாதங்களுக்குப் பிறகு தி.க.சி. மின்ட் ஸ்ட்ரீட் அறை ஒன்றில் வசிக்கப் போய்விட்டார். அண்ணாவும் நானும் கிருஷ்ணாம்பேட்டை வந்து சேர்ந்தோம். அங்கு ஒரு 'இருண்ட பொந்'தில் சில மாதங்களைக் கழிக்க நேர்ந்தது. அப்புறம்தான், அமைதியும் அழகும் நிறைந்த சூழ்நிலையில் உள்ள தோட்ட வீடு கிடைத்து.

நான் சென்னைக்கு வந்து பத்தரை வருஷங்கள் ஆகின்றன. இந்தக் காலத்தில் எவ்வளவோ பத்திரிகைகள் தோன்றி மறைந்துள்ளன. சிந்தனைக்கு வேலை தரும் சீரிய முயற்சிகளுக்குத் தமிழ்நாட்டில் வரவேற்பு இல்லை என்பது திரும்பத் திரும்ப நிரூபணமாக்கப்பட்டு வருகிறது. இடைக்காலத்தில் ஒடுங்கியிருந்த பண்டித மனோபாவத்தின் ஆதிக்கம் மீண்டும் வலுப்பெற்று வருகிறது. சொந்த இலக்கிய சிருஷ்டிகளைவிட மொழிபெயர்ப்புகளே அதிகம் செல்வாக்குப் பெறுகின்றன. தமிழில் புதிய

பரிசோதனைகளில் ஈடுபடுகிறவர்கள் கவனிப்பற்று ஒதுங்கி வாழ வேண்டியது அவசியமாகிறது. எழுத்தை மட்டுமே நம்பி உயர்வாழ முடியாது என்பதனால் எழுத்தாளர்களில் அநேகர் வேறு பல கலைகளைக் கைக்கொண்டு வெற்றிபெற முயல்கிறார்கள்

எனது அண்ணா சென்னையில் இல்லையென்றால், நான் இவ்வளவு காலம் இங்கு வசித்திருப்பது சாத்தியமாகியிராது. நான் சென்னை வந்த புதிதில், ஒரு தடவை 'எபிஷியன்ட்' கணபதி ஐயர் சொன்னார்: 'நீங்கள் பெரிய ஸினிக் ஆக இருக்கிறீர்கள். ஸினிஸிஸம் வாழ்வில் பலன் தராது. மெட்டீரியலிஸ மனோபாவமும் தேவை. உலகத்தின் முதல் ரக ஸினிக் ஆகிய டயோஜீனஸ்கூட, கடைசியில் தனது பாத்–டப்பை விற்றுவிட்டான்' என்று.

நான் எனது சொத்தாகிய புத்தகங்களை விற்க வேண்டிய அவசியம் இதுவரை ஏற்படவில்லை! நான் பிறர் அதிகாரப் படி 'வாழ முடியவில்லை' என்றால், அதற்கு நான்தான் காரணமாவேன். சென்னை பொறுப்பாகாது. நான் இசைந்து ஒத்துழைப்பதானால் சினிமா உலகம் எனக்குப் பணம் அளிக்கத் தயாராக இருந்தது. 'வாழ்க்கை வசதிகள் எல்லாம் கிட்டும். கல்யாணம் செய்துகொள்ள வாய்ப்பு ஏற்படும். நல்ல வேலை உண்டு' என்று சிங்கப்பூர் தமிழ்ப் பத்திரிகை ஒன்றும் கோலாலம் பூரில் வாழும் சுப. நாராயணனும் என்னைப் பல தடவைகள் அழைத்தனர். 'நல்ல சம்பளத்துடன் ஒரு வேலை' என்று மதுரை தினசரி ஆசைகாட்டியது. ஆயினும் சென்னையை வெறுத்துச் செல்லும் எண்ணம் இன்னும் வரவில்லை எனக்கு.

தமிழ்நாட்டின் மிக அழகான ஊர் சென்னை என்பது என் கருத்து. புதிய புதிய அனுபவங்கள் பெறவும் பிறரால் கவனிக்கப்படாமலே மனித வர்க்கத்தின் குணாகுணங்களை ஆராயவும் பொதுவாக வாழ்க்கையைக் கற்றறியவும் வகை செய்கிற பெரிய கல்லூரி சென்னை என நான் உணர்கிறேன்.

ஆனால் நான் வாழும் முறை தனிரகமானது. பிறருக்கு ஒத்துக்கொள்ள வேண்டும் என நான் எதிர்பார்க்கவுமில்லை. சில வருஷங்களுக்கு முன்னரே எனது நண்பராக வந்து சேர்ந்த ஜெயகாந்தன் சொல்வார்: 'இவர் பித்தகோரஸாக இருக்கிறார். பித்தகோரஸுக்கும் நன்மை செய்ய எண்ணினான் மகா அலெக்ஸாந்தர். வெளியே வெயிலில் அமர்ந்திருந்த அவ் அறிஞரை அணுகினான். உமக்காக நான் என்ன செய்யலாம் என்று கேட்டான். என்மீது விழும் வெயிலை மறைக்காமல் தள்ளி நில்லு. அது போதும் என்றார் அவர்.'

வாழ்க்கைமுறை எப்படி இருந்தால் என்ன? சந்தோஷமாக வாழ வேண்டும். அதுதான் முக்கியம். எனது ஆனந்தம் நிறைவுற்றுத் திகழவே வகைசெய்கிறது சென்னை. ஜெயகாந்தனும் நானும் எழுத்தாளர்கள், கலைஞர்கள். பத்திரிகைகள், சினிமா உலகம், அரசியல் முதலிய சகலவற்றைப் பற்றியும் அடிக்கடி கசப்புடன் பேசுவது வழக்கம். ஆனால் சென்னை நகரத்தைப் பற்றி நாங்கள் அவ்விதம் பேசுவதில்லை. சென்னையில் எதிர்ப் படுகிற அனுபவங்கள் சென்னையில் மட்டுமே கிட்டும்.

ஆகவே நான் நினைத்துக்கொள்கிறேன் –

உன்னிடம் குற்றங்கள் பல இருப்பினும், சென்னையே! உன்னிடம் நான் அன்பு செலுத்துகிறேன், நீ வாழ்க!

சரஸ்வதி, அக்டோபர் 1958

~ ~

ஒளிவீச வாய்ப்பு

கே. இராமநாதன்

~

'படிப்பு முடிந்தாகிவிட்டது. இனி என்ன செய்யப் போகிறாய்?' என்று கேட்டார் என் தந்தையார்.

'மேலும் படிக்கப்போகிறேன்' என்றேன் நான்.

இந்த மறுமொழி அவருக்கு அதிர்ச்சியளித்திருக்க வேண்டும். 'சம்சார சாகரம்' என்று வர்ணிப்பார்களே அது, வர்ணனையுடன் நில்லாது வாழ்வில் சிக்கெனப் பிடித்துச் சுழற்றிக்கொண்டிருந்தது அவரை. மேலும் படிக்கப்போகிறேன் என்றவுடன் உயர் பட்டப் படிப்பு, அதற்குரிய கட்டணம், விடுதிச் செலவு – இவை அவர் மனத்திரையில் விழுந்தன போலும்.

நீண்ட நேரம் அவரை 'அதிர்ச்சி'யில் வைத்திருக்க வில்லை நான். பத்திரிகைக் கலை பயிலப்போகிறேன் என்று விளக்கினேன்.

கலையா? தொழிலா? என்ற கேள்வி எழுந்தது. முதலில் கலை, பிறகு அது வழிவிட்டால் என்று சமாதானம் கூறினேன்.

இந்த முடிவுடன்தான் 1937 இறுதியில் சென்னைக்கு வந்தேன். திரும்பி வந்தேன் என்பது இன்னும் பொருத்த மாக இருக்கும்.

'வணக்கம்.'

'வாருங்கள், யார் தெரியவில்லையே.'

என் முன்னால் திரு.வி.க. அமர்ந்திருக்கிறார். அறம் கிடந்த நெஞ்சம், அருள் ஒழுகும் கண்கள், அன்பு தவழும்

முகம். எடுத்த எடுப்பிலேயே என் உள்ளங் கவர்ந்துவிட்டார். என் மதிப்புக்கும் வணக்கத்திற்கும் உரியவராகிவிட்டார்.

'இந்தப் பிள்ளையாண்டான் கல்லூரிப் படிப்பு முடித்தவர். காங்கிரஸ் பற்றுள்ளவர். சமதர்மக் கருத்துள்ளவர். பத்திரிகையில் வேலை செய்து அனுபவம் பெற விரும்புகிறார். 'நவசக்தி'யில் இடம் கிடைக்குமா? என்று நேரில் கேட்க வந்திருக்கிறார். எனக்குத் தெரிந்தவர் என்று அழைத்து வந்திருக்கிறேன்' என்று அப்போது சிந்தாதிரிப்பேட்டைப் பகுதி நகரசபை உறுப்பினராக இருந்த டி.ஜி. லக்ஷ்மணசுவாமி முதலியார் திரு.வி.க.விடம் என்னை அறிமுகப்படுத்தினார்.

'இராஜதானி கல்லூரித் தமிழ்ச் சங்கத்தின் சார்பில் உங்களைப் பேச அழைத்திருக்கிறேன். அப்போது உங்களை முதன்முறையாகச் சந்தித்தேன்' என்று நான் கூறினேன்.

திரு.வி.க. நிமிர்ந்து பார்த்தார். உதட்டில் நகை அரும்பியது.

'நல்லது. இங்கே நீங்கள் பணியாற்றலாம்' என்று உடனே தயக்கமயக்கமின்றி, யாரோ எவரோ என்ற ஐயப்பாடு கிளப்பாமல் ஒப்புக்கொண்டார்.

'சுப்பிரமணியம், நமது ஆபீசுக்குப் புதிதாக ஓர் இளைஞர் வந்திருக்கிறார். உங்களோடு இருந்து ஆசிரியர் குழுவில் பணி யாற்றுவார். அவருக்கு வேண்டிய ஒத்தாசை செய்யுங்கள்' என்று அங்கு உதவியாசிரியராக இருந்த சக்திதாசன் சுப்பிர மணியத்திடம் திரு. வி. க. கூறினார்.

அன்று புன்முறுவலுடன் சக எழுத்தாளனாக என்னை வரவேற்ற சக்திதாசன் சுப்பிரமணியன் அன்றேபோல இன்றும் எனக்கு உற்ற நண்பராகத் திகழ்ந்து வருகிறார்.

ஏதோ ஆங்கில இலக்கியப் பத்திரிகையிலிருந்து ஒரு பகுதியை எடுத்துத் திரு.வி.க. என்னைத் தமிழில் மொழி பெயர்க்கும்படி சொன்னார். வெகு விரைவில் மொழி பெயர்த்து விட்டேன். படித்துப் பார்த்தார். சில இடங்களில் கருத்துக்குப் பதில் சொல் மொழிபெயர்க்கப்பட்டிருப்பதைச் சுட்டிக் காட்டினார். 'மொழிபெயர்க்க வரும் விஷயத்தை முதலில் ஊன்றிப் படிக்க வேண்டும், புரிந்துகொள்ள வேண்டும். பிறகு மொழிபெயர்த்தால் எளிதாகவும் இயற்கையாகவும் மொழி பெயர்ப்பு விளங்கும்' என்று எடுத்துக் கூறினார்.

'இடியேறு' என்ற தலைப்பில் திரு.வி.க. ஆசிரியக் குறிப்புகள் எழுதுவார். அது அவர் சிறப்பாகக் கருதும் பகுதி. பெரும்பாலும் அவரே எழுதுவார். ஆனால் நான் அவருடன் பணியாற்றத் தொடங்கிய ஒரே ஒரு மாதத்திற்குள் 'இடியேறு' பகுதியில்

பல குறிப்புகளை எழுத அவர் எனக்கு ஊக்கமளித்தார். நீண்ட நெடுங்காலமாக அவரது இலக்கியப் படையல்களுக்கு மட்டுமே இடமளித்து வந்த முதற் பக்கத்தில் என்னை எழுதும் படி உற்சாகமளித்தார். அவரை யார் காண வந்தாலும் எங்களை (உதவி ஆசிரியர்களை) அறிமுகப் படுத்துவார். சிறப்பியல் புகளைச் சிலாகித்துக் கூறுவார்.

பின்னணி

சென்னைக்கு நான் முதன்முதலில் எழுத்தாளனாக வரவில்லை. எழுத்தாளன் (ஆக) ஆவதற்காகவும் வரவில்லை. கல்லூரியில் படிக்கும் மாணவனாக வந்தேன். இன்னும் எழுத்துலகம் என்ற பல்கலைக்கழகத்தில் மாணவனாகவே இருக்கிறேன்.

அறிவு, அனுபவம் என்ற இரு ஆழ்கடல்களில் மூழ்கி, உயிர் துள்ளும் கருத்துச் சிப்பிகளைத் துழாவி எடுத்து, அவற்றை எடைபோட்டு, இனம் பிரித்து ரசனை என்ற இளம் ஆவியிலே காட்டித் திறக்கவைத்து, உள்ளே முத்திருந்தால் எடுத்து, உலகத் திற்குப் பயன்படுத்த வேண்டியதே இலக்கிய முத்துக்குளிப் போனின் இன்கடன். இந்த அபார சாதனையை நிறைவேற்றும் ஒருவனே எழுத்தாளன் என்ற பெயருக்கு அணியாக விளங்கு வான் என்பது எனது கருத்து.

எனவே நான் இன்றும் மாணவன்தான். கிட்டதட்ட இருபதாண்டுகளுக்கு மேல் எழுதும் பணியை மேற்கொண் டிருக்கிறேன் என்பது வாஸ்தவம். ஆனால் எழுத்தாளன் என்ற வரிசையில் என்னை இன்றும் உட்படுத்திக்கொள்ளும் துணிவு எனக்கு ஏற்படவில்லை.

சென்னைக்கு 1934 ஜூன் மாதத்தில் வந்தேன். இராஜதானி கல்லூரியில் சேருவதற்காக வந்தேன். முதல் ஓராண்டு பாலக்காடு அரசினர் விக்டோரியா கல்லூரியில் படித்தேன். அப்போது அங்குத் தமிழாசிரியராக இருந்த திரு.ஆர். விசுவநாதய்யர் அவர்கள் எனது இளம் உள்ளத்தில் இருந்த தமிழ் ஆர்வத்தைத் தூண்டிவிட்டார்கள்.

இதற்குப் பின்னணியும் இருந்தது. உயர்நிலைப்பள்ளியில் படிக்கும்போது சமஸ்கிருதம் படித்து வந்தேன். அப்போது சரித்திரம், விஞ்ஞானம், கணிதம், பூகோளம் யாவும் ஆங்கிலேத்தி லேயே போதிக்கப்பட்டு வந்தன. தமிழ் படிக்க வேறு வாய்ப் பில்லை. ஆனால் பள்ளிக்கூடத்தில் தமிழாசிரியராக இருந்த வித்துவான் திரு.நா. கனகராஜய்யர் தமது சிறந்த சொற்பொழிவு கள் மூலம் தமிழில் என்றும் மறவாத ஒரு சுவையை ஏற்படுத்தி னார். எங்களுடனிருந்து சமஸ்கிருதம் படித்துப் பாண்டியத்திமும் பெற்றுவிட்டார்.

தேசிய இயக்கத்தின் பொன்விழாவை ஒட்டி 'ஜய ஜய பாரத' என்ற மகுடத்தில் அவர் ஒரு பாடல் இயற்றிப் பரிசும் புகழும் பெற்றார். இன்றும் அப்பாடல் என் உள்ளத்தில் பசுமையுடன் திகழ்கிறது.

ஜய ஜய பாரத ஜய ஜய பாரத ஜய ஜய ஜயவெனவே
நயமுறு நாவினில் அமுதுறு சொல்லினை நவில்வது பாக்கியமே
இயமுறு மின்னிசை எழுகட லோசையின் ஏறிட வோதுவமே
பயமது நீங்கிச் சுதந்திர வாழ்வு படைத்திடுவோ மெனவே

என்பது முதற்பகுதி. இறுதியில்

பஞ்சினை நூற்று மகிழ்ந்த பழந்தொழில் பற்றற விட்டதனால்
நஞ்சினை யொத்த மிடிப்பிணி பற்றி நலிப்பது கண்டனம் யாம்
எஞ்சிய கொஞ்சம் இயற்கை வளத்தினை எங்ஙன் வளர்ப்பதென
விஞ்சிய வூக்க முயற்சி புரிந்திட மேவுக பாரதமே

என்று பாடுகிறார். (பாட்டு நினைவிலிருந்து எழுதுகிறேன்; சிறு மாற்றங்கள் இருக்கலாம்.)

தேசப்பற்று, மொழிப்பற்று இவற்றுக்கெல்லாம் அன்று விதை போட்டது இந்தப் பாட்டு.

முதல் முயற்சி

இந்த நாட்களில் எல்லாம் கல்லூரிச் சஞ்சிகையில் எழுதிய சில ஆங்கிலக் கட்டுரைகளைத் தவிர வேறு எதுவும் நான் எழுதவில்லை.

பிறகு 1935 – 36ஆம் வருடங்களில் 'மராத்தா', 'பம்பாய் கீராணிகள்', 'மை மேகசின்' போன்ற பத்திரிகைகளில் ஆங்கிலத்தில் சில கதைகள் எழுதினேன்.

'செப்படி வித்தையைப் போலவே புதுச் செய்திகள் தோன்றி மறைந்திடும்' என்று பாஞ்சாலி சபதத்தில் பாரதியார் பாடியுள்ளார். செப்படி வித்தை என்ற சொற்கள் என் கருத்தைக் கவர்ந்தன. 1936இல் என்று நினைக்கிறேன், 'செப்படி வித்தை' என்ற மகுடத்தில் நான் எழுதிய தமிழ்ச் சிறுகதை 'சுதேசமித்திரன்' வாரப் பதிப்பில் வெளியாயிற்று. 'கதை பிரசுரத்துக்காக ஏற்கப் பட்டுள்ளது. பிரசுரமானவுடன் உரிய சன்மானம் வழக்கப் படும்' என்ற ஆசிரியரின் கடிதம் எனக்குப் பரவசமூட்டியது. தங்க மதலையை ஈன்ற தாய் கழிபேருவகை கொள்வதுபோல இளைஞனான நான் எனது படைப்பு அச்சுவாகனமேறிப் பிரசுரிக்கப்படப்போவதை எண்ணிப் புளகாங்கிதமுற்றேன். அன்று எனக்கு அந்தக் கதைக்காக ஐந்து ரூபாய் சன்மானம் அளிக்கப்பட்டது. மேலும் சில கதைகள் மித்திரனில் வெளியிடப் பட்டன.

1937இல் கல்லூரியைவிட்டு வெளிவந்தேன். அரசியல், சமூக சேவைப் பணிகளில் ஈடுபடலானேன். எனது கருத்துகள் விரிவெய்த, சிந்தனை விகாசமுற இப்பணிகளில் கிடைத்த அனுபவம் பேருதவி செய்தது.

1930 – 31இல் ஒத்துழையாமை இயக்கத்திற்குப் பிறகு ஏற்பட்ட சோர்வு நாட்டில் தேங்கிக்கொண்டிருந்தது. அரசியல் அறப்போரில் ஈடுபட்டு, முடிவு பற்றியோ காலவரையறை பற்றியோ கவலைகொள்ளாத இளைஞர் பலர் இந்தத் தேக்கத்தில் மயங்கினர். எழுதும் திறன் படைத்த சிலர் தேசியப் பத்திரிகை களில் புகுந்தனர். கற்பனைத் திறன் படைத்தோர் கதை கவிதை இலக்கியப் படைப்பில் ஈடுபட்டனர். கதைகளுக்கு மவுசு ஏற்பட்டது. ஆனால் பெரும்பாலான கதைகள் வெறும் அந்தரக் கதைகளாக, ஆகாசக் கற்பனைகளாகவே இருந்தன. தேசிய இயக்கத்தின் சுவடு பெரும்பாலான கதைகளில் நிழலாடக்கூட இல்லை என்றால் மிகையாகாது.

ஆனால் சிரஞ்சீவிக் கதைகள், அமர எழுத்தாளர்கள் என்ற அடைமொழிகள் மட்டும் அடிபட்டன. 'கல்கி' போன்ற சிலர் மேனாட்டுக் கதைகளுக்குத் தமிழ் ஆடை போர்த்தி உலவவிட்டனர். பின்னால் சில நல்ல கதைகள் வரலாயின. ஓரளவு சமூக விழிப்பைப் பிரதிபலிக்கும் கதைகளும் வெளி யாயின. 'மணிக்கொடி' போன்ற பத்திரிகைகள் வெளிவந்தன.

கண்களிலே குரோதம், பகைமை என்ற திரை இன்றிப் பார்க்கவும், கன்னி நிலமாக உள்ள இலக்கியத் துறையில் ஆழ உழுது அரும்பும் வியர்வை உதிரப் பாடுபட்டும் எழுத்துத் துறையில் முன்னேற உறுதிகொண்டேன். தேசவிடுதலை, சமூக முன்னேற்றம், பாட்டாளிகள் புதுவாழ்வு என்ற நோக்கங் களுக்காக நான் செய்துவந்த சிறிய தொண்டுகள் இணைந்தே எனது எழுத்துலகப் பணியும் வளர்ந்துள்ளது.

வெள்ளி முளைக்கும் காலகட்டத்திலேயே நான் நிற்கிறேன். பிறர், காலை மலர்ந்து கடும்பகலைக் கண்டுவிட்டார்களே என்று கவலைப்படவில்லை. ஏனெனில் எனக்கு நஷ்டம் எதுவுமில்லை; நான் இன்றும் ஒரு மாணவனே.

வாரப்பத்திரிகை

அரசியல் பணிகளில் ஈடுபட்டிருந்த எனக்குத் தீவிர தேசியக் கருத்துகளைக் காரசாரமாக எழுத வேண்டும் என்ற தினவு ஏற்பட்டது. 'நவசக்தி'யில் எழுதலாம். ஆனால் இதற்கு ஒரு வரைமுறையுண்டு. எனது எண்ணம் செயலாகும் வாய்ப்பு ஏற்பட்டது.

ம.கி. திருவேங்கடம் எனது நண்பர். கோமளீச்வரன் பேட்டைக் காங்கிரஸ் கமிட்டியில் இருந்தார். அவர் ஓர் அச்சுத் தொழிலாளி. இருவரும் சேர்ந்து பேசினோம். 'லோக சக்தி' என்ற வாரப்பத்திரிகை தொடங்கப்பட்டது. நான் ஆசிரியராகப் பதிவுசெய்துகொண்டிருந்தேன்.

திரு.வி.க. ஆசி கூறினார்; ஆட்சேபணை எதுவும் கூறவில்லை. 'நவசக்தி'யில் பணியாற்றிக்கொண்டே 'லோக சக்தி'யை நடத்தி வந்தேன்.

'பணியா? பணமா?' என்ற இரண்டில் பணி மேலோங்கி நின்றது. இதைத் திரு. வி.க. அறிவார். அதனால்தான் அவர் ஆசி கூறினார். 'லோகசக்தி' தமிழ்நாட்டில் அன்று வாழ்ந்திருந்த தேசபக்த இளைஞரிடையில் ஒரு எழுச்சியை உண்டாக்கியது. இலங்கை, பர்மா, மலாயா, தென் ஆப்பிரிக்கா முதலிய கடல் கடந்த தமிழர் வாழும் நாடுகளுக்கும் பரவியது. அப்பத்திரிகையைப் படித்தும் அதில் எழுதியும் தேசிய இயக்கத்தில் சோஷலிஸ இயக்கத்தில் குதித்த இளைஞர் எண்ணற்றோர்.

நாட்டில் ஒரு ஏகாதிபத்திய எதிர்ப்பு ஐக்கிய முன்னணி நிறுவப்பட வேண்டும் என்ற குறிக்கோளை வைத்தே அப் பத்திரிகை நடந்தது. நூல்களும் பிரசுரிக்கத் திட்டமிட்டோம்.

'சுதந்திர வீரன் சுபாஷ் சந்திர போஸ்' என்ற புத்தகம் நான் எழுதிய முதல் புத்தகம். காங்கிரஸ் அக்ராசனராகத் தேர்ந்தெடுக்கபட்ட சுபாஷின் வாழ்க்கை வரலாறு இது. இந்தப் புத்தகத்திற்குத் திரு.வி.க. அன்புடன் அணிந்துரை வரைந்தருளினார்கள். இந்த நூல் 7000 பிரதிகளுக்கு மேல் அந்த நாளிலேயே விற்பனை ஆயிற்று. 'கவியரசி சரோஜினி தேவியின் வாழ்க்கைச் சுருக்கம்', 'விடுதலை முரசு' என்ற தலைப்பில் கதைத் தொகுப்பு, 'திரிபுரம் வழிகாட்டுமா?' என்ற ஒரு அரசியல் விமர்சனம் இவை என்னால் எழுதப்பட்டு 'லோகசக்தி' பிரசுரங்களாக வெளிவந்தன.

1938 மே மாதத்தில் இலங்கை சமசமாஜக் கட்சி (சோஷலிஸ்ட் கட்சி)யின் தமிழ் வாரப் பத்திரிகையான 'சமதர்ம'த்தில் ஆசிரியனாகப் பணியாற்ற இலங்கைக்குச் சென்றேன்.

1939 முதல் 1941 வரையில் 'சமதர்மம்' பத்திரிகையை நடத்தினேன். கட்சியில் பிளவு ஏற்பட்டது. அடக்குமுறை தாண்டவமாடிற்று. ஐக்கிய சோஷலிஸ்ட் கட்சி என்ற பெயரில் புதிய கட்சி உதயமாயிற்று. 'நவசக்தி' அதன் தமிழ்க் குரலாக வாரந்தோறும் வெளிவந்தது. பிறகு அதுவும் ஒடுக்கப்பட்டது.

~

மீண்டும் சென்னை திரும்பினேன். கம்யூனிஸ்ட் கட்சிமீது தடை நீக்கப்பெற்று 'ஜனசக்தி' வாரப் பத்திரிகை தொடங்கப் பட்டது. அதில் பணியாற்றினேன். பிறகு 1943 – 44இல் சக்திதாசன் நடத்திவந்த 'நவசக்தி' மாதப் பத்திரிகையில் பணியாற்றினேன். 'சோவியத் செஞ்சேனை', 'புத்த பக்தி' (வசன கவிதைகள்) முதலிய நூல்கள் எழுதினேன்.

1944 இறுதியில் மீண்டும் இலங்கை சென்று, 'பார்வேட்' ஆங்கில வாரப் பத்திரிகை, 'தேசாபிமானி' தமிழ் வாரப் பத்திரிகை, 'பாரதி' இலக்கிய மாதப் பத்திரிகை இவற்றில் பணியாற்றினேன். 1953இல் இலங்கை சர்க்கார் விதித்த தடையினால் தாயகத்தி லேயே தங்கும் நிலை ஏற்பட்டது.

மீண்டும் சென்னைக்கு வந்தேன். 'ஜனசக்தி' வாரப் பத்திரிகை யிலும் பின்னால் 'தினசரி'யிலும் பணியாற்றி வருகிறேன்.

இந்தக் காலகட்டத்தில் எல்லாம் எண்ணற்ற பல எழுத்தாளர் கள் எனக்கு அறிமுகமாயினர்; பலர் நெருங்கிய நண்பர்களாயினர். எழுத்தாளர்கள் பரஸ்பரம் நெருங்கிப் பழகித் தமது படைப்பு களைப் பற்றி விவாதித்து நிறை குறைகளை எடுத்துக்காட்டு வது வளர்ச்சிக்கு வழி கிடைக்கும் என்பது என் கருத்து. இதன் வாயிலாக ஒரு எழுத்தாளனின் சிறப்பியல்புகளும் சாணை தீட்டப்பெற்று ஒளி வீச வாய்ப்புண்டு.

சரஸ்வதி, நவம்பர் 1958

~ ~

சென்னைக்கு வந்தேன்

கு. அழகிரிசாமி

~

இந்தக் கட்டுரையின் தலைப்பில் உள்ள கடைசி எழுத்தை மட்டும் மாற்றிவிட்டால், அப்புறம் நான் எதுவுமே எழுத வேண்டிய அவசியம் இல்லை. 'சென்னைக்கு வந்தேனே' என்று எழுதினால் போதும். அதுதான் கட்டுரை. இருந்தாலும் ஒரு வரியில் கட்டுரையை எழுதி 'சரஸ்வதி' ஆசிரியருக்கு ஏமாற்றத்தை உண்டுபண்ண விரும்பாமல் சில பக்கங்களை எழுதி நிரப்புகிறேன்.

இந்தக் கட்டுரை மேலே கண்டவாறு ஒரே வரியில் அடங்கிவிடக்கூடியதாகவும் இருக்கிறது; அதே சமயத்தில் ஒரு பெரிய புத்தகத்தில்கூட அடக்கிவிட முடியாததாகவும் இருக்கிறது. ஐந்தாறு பக்கங்களில் எழுதிமுடிக்க நினைத்தாலும், சில உண்மைகளைத் தெரிவித்தாக வேண்டிய நிர்ப்பந்தம் ஏற்படுகிறதே என்று தயக்கமாக இருக்கிறது. 'உண்மையைச் சொல்லத் தயங்குவானேன்?' என்று சில பேனா வீரர்கள் கேட்கலாம். எதற்காக அப்படித் தயங்காமல் சொல்லிவிட வேண்டும் என்றுதான் தெரியவில்லை. உண்மையை அப்படி அப்படியே வெளியிட்டவர்கள் எதை வாரிக்கட்டிக்கொண்டார்களாம்? பொய்யையும் சொல்ல வேண்டாம் உண்மையையும் ஓர் அளவுக்கு மேல் சொல்ல வேண்டாம் என்று ஒரு கட்டுப்பாடு செய்துகொண்டு, இந்தக் கட்டுரையை – 'சரஸ்வதி' ஆசிரியரிடம் முதலில் 'முடியாது' என்று மறுத்துவிட்டு – இப்பொழுது எழுத உட்கார்ந்திருக்கிறேன்.

நான் சென்னைக்கு வருவதற்கு முன் சென்னையைக் கண்டேன்; பிறகுதான் வந்தேன். அன்று முதல் ஆரம்பித்தது

‘வந்தேனே’ என்ற கட்டம். கட்டத்திற்குக் கஷ்டம் என்ற ஒரு பொருளும் உண்டு என்பதை ஞாபகப்படுத்துகிறேன்.

சென்னைக்கு வந்த கதையைச் சொல்லுவதற்கு முன் என் வாழ்க்கைக் கதையைக் கொஞ்சமாவது சொல்லியே ஆக வேண்டும். திருநெல்வேலி ஜில்லாவில், கோவில்பட்டிக்கும் கயத்தாற்றுக்கும் நடுவே, டிரங்க் ரோட்டுக்குக் கிழக்கே இருக்கும் இடைசெவல் என்ற கிராமத்தின் 300 வீடுகளில் ஒன்றில் நான் பிறந்தேன் – 1923இல். என்னைப் பெற்றவர்கள் என்னைப் போலவே ஏழைகள்; ஊரும் குபேர பட்டணமல்ல. எங்கள் ஊரில் ஜில்லா போர்டு எலிமெண்டரி பாடசாலை ஒன்று உண்டு.

அதில் என்னைப் படிக்க அனுப்பியதற்கு இரண்டு காரணங்கள். ஒன்று, ஊரில் பள்ளிக்கூடம் இருந்தது. மற்றொன்று, நாலு வகுப்புப் படித்துவிட்டு எதிர்காலத்தில் ஏதாவது ஒரு கடையில் கணக்கு எழுதிப் பிழைத்துக்கொள்ளட்டும் என்று வீட்டார் ஆசைப்பட்டது. நாலாவது வகுப்பிலேயே புத்தகமும் நோட்டும் வாங்கிக்கொடுக்கச் சக்தி இல்லாமல் பெற்றோர்கள் அவஸ்தைப்பட்டார்கள். அவர்களோடு சேர்ந்து நானும் அவஸ்தைப்பட்டு, ஹையர் கிரேடு வாத்தியார் வேலைக்குப் போவதற்காவது படித்துவிட வேண்டுமென்று வீட்டில் உள்ளவர்கள் கையைப் பிடித்து இழுத்தும் கேட்காமல், அவர்களை உதறிவிட்டுப் பள்ளிக்கூடத்தைப் பார்த்து ஓடினேன். கடைசியில், பதவியை எட்டிப் பிடித்துவிட வேண்டுமென்று வெளியூருக்குப் படிக்கப் போய், லட்சியத்தை அடைந்தும்விட்டேன். சர்வீஸ் கமிஷன் பரீக்ஷையில் தேறி சப்ரிஜிஸ்தரார் ஆபீஸ் குமாஸ்தா ஆனேன். அதற்கு முன்னதாக, 1941 – 42இல் தமிழ் இலக்கியப் பத்திரிகைகளைப் படிக்க ஆரம்பித்தேன்.

வேலையில்லாமல் இரண்டு வருஷங்கள் ஓய்வாக இருந்த போது, நண்பர்களின் ஊர்களுக்கு நடந்துசென்று புத்தகங்களை இரவல் வாங்கிக்கொண்டுவந்து படித்தேன். 4ஆம் பாரம் படிக்கும்போதே நானாகக் கம்பராமாயணத்தில் மூன்று காண்டங்களைப் பொருள் விளங்கிப் படித்து முடித்து மனப்பாடமாகவும் வைத்திருந்தேன். பாரதியார் பாடல்களையோ பாடாத நாள் கிடையாது. பிறகு, இரண்டு வருஷ ஓய்வில் இடைவிடாமல் படித்ததன் பலனாக, இலக்கியத்துடன், வெட்டிக்கொண்டு விடுபட முடியாத, அழுத்தமான, ஓர் உறவே ஏற்பட்டுவிட்டது. விளையாட்டாக ஒரு கதையை எழுதி ஒரு பத்திரிகைக்கு அனுப்பிவிட்டு 3 நாட்கள் கழித்து வெளியான அந்தப் பத்திரிகையின் இதழை ஆவலோடு பிரித்துப் பார்த்து ஏமாற்றம் அடைந்தேன். ‘நாம் எழுதினால் பத்திரிகையில் வெளிவராது.

பத்திரிகையில் எழுத வேண்டுமானால் நிறையப் படித்திருக்க வேண்டும். சென்னையில் உள்ள அறிவாளிகள் எங்கே, குக்கிராமத்தில் வசிக்கும் நாம் எங்கே?' என்று எண்ணி மேலும் மேலும் படித்து எழுத்தாளனுக்கு உரிய தகுதியைத் தேடிக் கொள்ள முயன்றேன். பத்துப்பாட்டு, கல்லாடம், தொல்காப்பியம் இளம்பூரணம் – இப்படிப்பட்ட புத்தகங்கள் சந்தர்ப்பவச மாகப் பக்கத்து ஊர்களில் இரவல் கிடைத்தன. சிலப்பதிகாரம், பத்துப்பாட்டு, டிக்கன்ஸின் நாவல்கள், மத்தேயு அர்னால்டின் விமர்சன நூல், நேருவின் சுயசரித்திரம், தாகூரின் கவிதைகள், புதுமைப்பித்தன் கதைகள் இப்படிப் பலதரப்பட்ட புத்தகங் களையும் படித்துக்கொண்டிருந்தேன்.

அந்தச் சமயத்தில், இலக்கியத்தில் எந்தத் துறையிலும் இருந்து பணியாற்ற முடியும் என்ற நம்பிக்கை உதயமாயிற்று. கதை, கவிதை, கட்டுரை, இசைப்பாட்டு ஆகியவற்றைச் சொந்த மாகவே சிருஷ்டிக்கவும் கதை, நாவல், கட்டுரை, கவிதைகளை ஆங்கிலத்திலிருந்து மொழிபெயர்க்கவும் பழம் பாட்டுகளுக்கு உரையும் மனம்போன போக்கில் விரிவுரையும் எழுதவும், தேச வரலாறு, ஆட்கள் வரலாறு, போராட்ட வரலாறு போன்ற வற்றை எழுதவும் தகுதிபெற்றுவிட்டதாக எனக்கு நம்பிக்கை ஏற்பட்ட சமயத்தில், நண்பர் ஒருவர் கொடுத்த உற்சாகத் தினால் நான் இரண்டாவதாக எழுதிய ஒரு கதை சென்னையின் மாதப் பத்திரிகை ஒன்றில் வெளிவந்தது.

இலக்கிய உலகில் பெரும் பதவியே கிட்டிவிட்டதுபோல இருந்தது. அவ்வளவுதான், இரவும் பகலும் உட்கார்ந்து எழுதிக் கொண்டிருந்தேன். அவற்றில் பல வெவ்வேறு பத்திரிகைகளில் வெளிவந்தன. இலக்கிய உலகில் லட்சிய வாழ்க்கை வாழ ஆசைப்பட்டு, ஆகாயக் கோட்டைகள் கட்டிக்கொண்டிருந்தேன். அப்போதுதான், சப்ரிஜிஸ்தரார் ஆபீஸ் குமாஸ்தா வேலை கிடைத்தது. ஒரு மாற்று வேட்டியும் ஒரு சட்டையும் எடுத்துத் துணிப்பையில் செருகிக்கொண்டு, பையோடு ஒரு ஜமக்காளத் தையும் சேர்த்துக் கட்டிக்கொண்டு உத்யோகத்தை ஏற்றுக் கொள்ளப் புறப்பட்டேன். அந்தத் துணிப்பையும் ஏலத்தில் எடுக்கப்பட்ட ஒற்றை ஆள். ஜமக்காளமும் – அது ஒரே சலவை யில் சாயம்போய் வெளுத்துவிட்டது – ஒரு நண்பர் கொடுத்த இரவல். அந்த வகையில் நான் அவருக்கு இரண்டேகால் ரூபாய் கொடுக்க வேண்டும்; இன்னும் கொடுக்கவில்லை. அது நிற்க.

கிளார்க் வேலையில் உட்கார்ந்து பத்திரங்களை நகல் பண்ணத் தொடங்கிய முதல் நாளிலேயே, என் கனவுக் கோட்டை கள் இடிந்துவிட்டன்; நானும் தனியிடத்தில் போய் அழுது

விட்டேன். அந்த வேலையை உதறிவிட்டுச் சென்னைக்குப் போய்விட வேண்டுமென்ற 'புத்தி' அன்றே உண்டாகிவிட்டது. நான் ஆக்டிங் கிளார்க் ஆனபடியால், அடிக்கடி வேலை முடிந்து வீடு திரும்புவதும் அப்புறம் மற்றொரு ஊரில் வேலையை ஒப்புக்கொள்ளுவதுமாக இருந்தது. இரண்டாவது ஊராகிய தென்காசியில் வேலை செய்தபோது, சென்னையிலிருந்து வந்த ஒரு கடிதம் என்னைச் சென்னைக்குக் கொண்டுவந்து சேர்த்தது. சென்னையைப் பார்த்துவிட்டேன். என் ஆயுளில் இந்த ஒரு 'பாக்கியம்' கிட்டும் என்று அதற்கு இரண்டு நாட்களுக்கு முன் வரையில்கூட நான் நினைத்ததில்லை.

1943 டிசம்பரில் நான் முதல் முதலாகப் பார்த்த சென்னை, நான் கற்பனையில் கண்ட சென்னையாக இல்லை. இலக்கிய உலகம் பற்றி விசாரித்தபோது, உண்மையாகவோ பொய்யாகவோ எனக்குக் கிடைத்த தகவல்கள் அதிர்ச்சிக்கு மேல் அதிர்ச்சியாக இருந்தன. ஆனானப்பட்ட பத்திரிகை ஆசிரியர்களுக்கே ஐம்பது, அறுபதுதான் சம்பளம் என்றும் எல்லோருமே பாதிநாள் அரைப்பட்டினி கிடப்பவர்கள்தான் என்றும் எனக்குக் கூறப் பட்டது. மூன்று வேளையும் வயிறாரச் சாப்பிடும் பத்திரிகாசிரி யர்கள் என்று மூவர் மட்டுமே குறிப்பிடப்பட்டார்கள். 'அடி ஆத்தே! தெரியாத்தனமாக அல்லவா இங்கே கால்வைத்து விட்டோம்' என்று 26 நாட்களில் சென்னையைவிட்டுப் புறப்பட்டுவிட்டேன். ராஜினாமாச் செய்து உதறிய குமாஸ்தா வேலைக்காகத் திரும்பவும் மண்டியிட்டுக் கெஞ்சி, ராஜினாமா வை வாபஸ் பெற்று, வேறோர் ஊரில் சப்ரிஜிஸ்தரார் ஆபீசில் போய் உட்கார்ந்தேன். உட்கார்ந்த மாத்திரத்திலேயே சென்னையைவிட்டு வந்தது பைத்தியக்காரத்தனம் என்று தோன்றியது. அதற்காக வருந்தினேன். உண்மை என்ன என்றால், சென்னையிலும் இருக்க முடியவில்லை; சப்ரிஜிஸ்தரார் ஆபீசிலும் இருப்புக்கொள்ளவில்லை. 'ஆழித் துரும்பெனவே அங்கும் இங்கும் உன் அடிமை, பாழில் திரிவதென்ன பாவம் பராபரமே' என்று பாடினால் எனக்கே அப்போது பொருத்த மாக இருந்திருக்கும்.

சென்னையில் இருந்த 26 நாட்களில் நான் சிந்தித்தவை: 'இங்கே எனக்கு 30 ரூபாய் சம்பளத்தில்தான் உதவியாசிரியர் வேலை தருவார்களாம். அப்படியானால் ...? ரூம் வாடகை 5 ரூபாய். மின்சார ரயில் டிராம் கட்டணங்களுக்கு மற்றொரு 5 ரூபாய்! பத்து ரூபாய் போக மீதி இருப்பது இருபதே ரூபாய் தான். இதில் நான் சாப்பிடுவேனா, தலை சிரைப்பேனா, வேட்டி வாங்குவேனா, வேட்டிவெளுக்கக் கூலி கொடுப்பேனா, மண்ணெண்ணெய் விளக்குக்கு எண்ணெய் வாங்குவேனா, என் பெற்றோருக்குப் பணம் அனுப்புவேனா ... அபாயம்,

அபாயம். தென்காசியில் கிளார்க் வேலை பார்த்தபோது போத்தி ஹோட்டலில் அருமையான சாப்பாடு, சாயங்காலங் களில் அல்வா உள்ளிட்ட சிற்றுண்டி, ஞாயிற்றுக்கிழமைகளில் குற்றால ஸ்நானமும் டி.கே. சி. தொடர்பும், பெட்டி நிறையக் கதர்வேட்டி, கதர்ச்சட்டைகள். இவ்வளவும் போக மாதத்தில் பத்துப் பதினைந்து மிச்சம். கை நிறைய 35 ரூபாய் சம்பளம் வாங்கிவிட்டு, இங்கே 30 ரூபாய்க்கு, காலி புரூப் வாசித்துச் சாவானேன்? இந்தச் சென்னையில் அந்த 35 எந்தக் காலத்தில் கிடைக்குமோ? இந்த 30தான் எவ்வளவு காலத்துக்கு நீடிக்குமோ? சீச்சி, இந்தத் தரித்திரத்தில் இலக்கியமாவது, சேவையாவது? நல்லபடியாக ஊருக்குத் திரும்பிப் பிழைக்கிற வழியைப் பார்க்க வேண்டும் ...'

திரும்பவும் சப்ரிஜிஸ்தரார் ஆபீசில் உட்கார்ந்தபின் ஏற்பட்ட சிந்தனைகள் பின்வருமாறு: 'பட்டினி கிடந்தாவது சென்னையில் இலக்கியச் சேவை செய்திருந்தால், ஆத்ம திருப்தி ஏற்பட்டிருக்கும். ஆத்மாவுக்கும் உணவளிக்காமல், ஐயறிவுப் பிராணிகளைப் போலச் சரீரத்தை மட்டும் வளர்ப்பதற்காகவா மனிதன் பிறந்தான்? மேல் நாட்டில் நம்மைவிட ஏழைகளாக இருந்தவர்கள் இந்த 35 ரூபாய் சம்பாத்தியத்துக்குக்கூட வழி யில்லாமல், பசியும் பட்டினியுமாக இருந்து சாகாவரம் பெற்ற இலக்கியங்களைப் படைத்துக் கொடுத்திருக்கிறார்களே! ஆகவே நாம் அவசரப்பட்டுச் சென்னையைவிட்டு ஓடிவந்தது பெருந்தவறு ...'

இப்படியே தினம் தினமும் நினைக்கலானேன். சக குமாஸ்தாக் கள் என்னைப் பார்த்து, 'ஏன் ஸார், நாங்கள்தான் வேறு வழி யில்லாமல் இந்த வேலை செய்கிறோம். நீங்களும் ஏன் இதில் கிடந்து சாக வேண்டும்? உங்களிடம் கதை கேட்டுப் பத்திரிகைக் காரியாலயங்களிலிருந்து கடிதம் வருகிறது; கவியரங்கத்துக்கு ரேடியோக்காரர்கள் தேடி அழைக்கிறார்கள். பேசாமல் இந்த மாதச் சம்பளத்தை வாங்கிக்கொண்டு சென்னைக்குப் புறப் படுங்கள், ஸார்' என்றெல்லாம் தூண்டிக்கொண்டிருக்கவே, 'கேடுவரும் பின்னே, மதி கெட்டுவரும் முன்னே' என்ற கணக்கில், என் புத்தி பிறழ ஆரம்பித்துவிட்டது. அந்தச் சமயத்தில் மின்வெட்டுப் போல ஒரு ஆசையும் தோன்றி மறைந்தது. அதாவது குமாஸ்தா வேலையை விட்டுவிட்டு, ரெயில்வே ஸ்டேஷன் ஒன்றில் மூட்டை தூக்கும் வேலையைச் செய்யலாமா என்று நினைத்தேன்.

ரயில் வண்டி வரும் நேரங்களில் மட்டும் ஸ்டேஷனுக்குப் போய் மூட்டை தூக்கி ஒரு ரூபாய் சம்பாதித்துக்கொண்டு மீதி நேரத்தில் நம் இஷ்டம்போல எதையும் எழுதலாம், எதையும் படிக்கலாம் அல்லவா? இப்படி ஒவ்வொருவருக்குமே

சென்னைக்கு வந்தேன் ~ 47

சில சமயங்களில் சில விசித்திரமான ஆசைகள் ஏற்படுவது உண்டு. ஆனால் காரியாம்சத்தில் அவற்றை நிறைவேற்ற வேண்டு மானால் ஒரு சீனனாகவோ ஒரு ஜப்பானியனாகவோ குறைந்த பக்ஷம் ஒரு ஐரோப்பியனாகவோ பிறந்திருக்க வேண்டும்.

கடைசியில் 1944 ஜூலையில் சென்னைக்கே திரும்பவும் புறப்பட்டேன். முதலில் பார்த்துவிட்டுப் போன சென்னைக்கு இப்போது வந்தேன். ஆம், வந்தேவிட்டேன். வந்ததும் 45 ரூபாய்ச் சம்பளத்தில் உதவியாசிரியர் வேலை. என்னுடைய இந்த அலைச்சல்களெல்லாம் அசல் கிராமவாசிகளான என் பெற் றோருக்கோ வீட்டிலுள்ள மற்ற பெரியவர்களுக்கோ புரியவில்லை; அவர்கள் கவலைப்படவும் இல்லை. எங்காவது வெளியூரில் வேலை பார்த்து மாதம் நாலு காசு அனுப்பினால் சரி என்ற எண்ணத்துடன் இருந்துவிட்டார்கள்.

சென்னைக்கு வந்தேன். அப்புறம் என்னென்ன நடந்தது என்பதையெல்லாம் இந்தக் கட்டுரையில் சொல்ல வேண்டிய அவசியம் இல்லை. இருந்தாலும் 1944ஆம் வருஷத்திலிருந்து 1952ஆம் வருஷம் வரையிலும் வாழ்ந்த – அனுபவித்த என்பது தான் சரி – சென்னை வாழ்க்கையின் சாரத்தைச் சில வரிகளில் சொல்லி முடித்துவிட்டு, ‘மீண்டும் சென்னைக்கு வந்தேன்’ என்று ஒரு புது அத்தியாயத்தைத் தொடங்குவதோடு கட்டுரை யை முடிக்கிறேன்.

வெவ்வேறு பத்திரிகாலயங்களில் வேலை பார்த்தேன். உதவி ஆசிரியராகவும் பெயர் போடாத ஆசிரியராகவும் பெயர் போட்டும் சரிவரப் போடாத ஆசிரியராகவும் 8 வருஷ காலம் வேலை பார்த்தும் மாதம் 125 ரூபாய் சம்பளத்தைக்கூட எட்ட முடியவில்லை. எந்த மாதத்திலும் 100 ரூபாயை ஒரே சமயத்தில் வாங்கியதுமில்லை. அதிகச் சம்பளத்துக்கு ஆசைப்பட்டுக் குறுக்கு வழிகளில் இறங்கவோ அனுபவித்து வரும் ஓரளவு சுதந்திரத்தையும் இழக்கவோ பெயருக்காகவும் பணத்துக்காக வும் எனக்குத் திருப்தியளிக்காதவாறு எதையாவது எழுதிக்கொடுக்கவோ நான் முயற்சி செய்யாததோடு மட்டு மல்ல, நினைக்கக்கூட இல்லை. ஒதுங்கியிருந்து பிழைப்பது என்னுடைய இரண்டாவது இயற்கையாகிவிடவே, 1952 வரையிலும் எழுத்தாளர்களில் பலருக்கே என் பெயர் தெரியாது; வாசகர்களுக்கு எவ்வளவு தூரம் தெரிந்திருக்கும் என்பதை இதிலிருந்தே கண்டுகொள்ளலாம். புண்ணியமும் இல்லை, புருஷார்த்தமும் இல்லை என்ற கதையில் 8 வருஷகாலம் சென்னையில் உயிரோடிருந்தேன். ஆனாலும் இலக்கியத் துடிப்பு குன்றாத தோஷத்தால், கதைகளும் கட்டுரைகளும் எழுதிக்கொண்டிருந்தேன். 1952 செப்டம்பர் மாதத்தில்

மலாயாவுக்குக் கப்பல் ஏறினேன். எனது இலக்கியப் பிழைப்பும் அன்று கப்பல் ஏறிவிட்டது. 5 வருஷங்களுக்குப் பிறகு 1958இல் சென்னைக்கே திரும்ப வந்துவிட்டேன். இதற்கு என்ன காரணம்? சென்னையில் இருக்கும்போது மூன்று வேளைச் சாப்பாட்டுக்கு ஆசை; மூன்று வேளைச் சாப்பாடு கிடைக்கும் இடத்தில் இருக்கும்போது சென்னைமீது ஆசை – இந்தப் பழைய புத்தி தான் என்னைத் திரும்பவும் சென்னைக்குக் கொண்டுவந்து சேர்த்தது. இப்பொழுது எப்படியோ வண்டி ஓடிக்கொண்டிருக் கிறது. பரவாயில்லை.

'சென்னை என்ன அவ்வளவு மோசமா! அங்கே போய் நல்வாழ்வடைந்தவர்கள் எத்தனை பேர்! பிரபலம் அடைந்தவர் கள் எத்தனை பேர்! பெரும் பணம் சம்பாதித்தவர்கள் எத்தனை பேர்!' என்று சிலர் சொல்லலாம். நான் பார்த்த சென்னையைத் தானே நான் சொல்ல வேண்டும்? அந்தரங்க சுத்தியோடுதான் ஒவ்வொரு நிமிஷமும் உழைத்தேன். இலக்கிய விஸ்வாசத்தை இம்மியளவும் கைவிடாமல்தான் வேலை செய்தேன். இப்படி நல்லபடியாக இருக்கும்போது, சென்னை நகரம் எப்படிக் காட்சியளிக்கிறதோ, அப்படித்தானே அதை நான் வர்ணிக்க முடியும்?

சென்னைக்கு வந்த புதிதில் இந்த நகரில் திருவல்லிக்கேணி, கடற்கரை உட்பட எதுவுமே என் மனசைக் கவரவில்லை. மனசைக் கவர்ந்த இடங்கள் என்று சொல்ல வேண்டுமானால் பழைய புத்தகக்கடைகளைத்தான் சொல்லலாம். மின்சார ரயில், பஸ் ஆகியவற்றில், ஒரு மாதிரியான நாற்றம் அடித்தது, சென்னைக்கு வந்த புதிதில். இப்போது நாற்றம் போய்விட்டதோ மூக்கு பழகிவிட்டதோ தெரியவில்லை. இந்த நகரில் கவிதை எழுதுவது என்பது நடக்காத காரியம்; வேண்டுமானால் செய்யுள் கட்டலாம். இதை ஒரு போர்டில் எழுதி எழும்பூர் ஸ்டேஷனிலும் சென்ட்ரல் ஸ்டேஷனிலும் தொங்கவிட்டால், இங்கே குடியேறு வதற்காக வரும் உண்மைக் கவிஞர்களுக்கு ஒரு எச்சரிக்கையாகக் கூட இருக்கும். எவ்வளவு செலவழித்துச் சாப்பிட்டாலும் இங்கே வயிறு நிறையாது; வயிறு நிறைந்துவிட்டாலோ பல சமயங்களில் அஜீரணத்திலும் சில சமயங்களில் வாந்திகளிலும் பேதிகளிலும் போய் முடியும். நாம் சம்பாதிக்கும் அற்பக்காசு கூட நமக்குப் பூரணமாகப் பயன்படாது. பெரும்பாலும், யார் யாருக்கோ வாடகை, வாகனக் கட்டணம் என்ற பல ரூபங்களில் கொடுக்கத்தான் நாம் சம்பாதிக்க வேண்டிவரும். நாம் இதற்காகவா ஜன்மம் எடுத்தோம்?

சென்னைக்கு வந்ததால் நான் இலக்கியத்தில் புதுத்திறமை களைச் சம்பாதித்ததாகவோ என்னிடம் பிரமாதமான அறிவுப்

புரட்சி ஏற்பட்டதாகவோ சொல்லுவதற்குக் கொஞ்சம்கூட இடமில்லை. இலக்கியத்தின் சகல துறைகளையும் பற்றிய அடிப்படையான கருத்துகளை என்னுடைய கிராமத்திலிருக்கும் போதே நான் தேடிக்கொண்டுவிட்டேன். இங்கே வந்து இன்று வரையில் அந்த அடிப்படை மாறவில்லை; மாறப்போவதும் இல்லை. சென்னையில் அநேக புதுப் புத்தகங்களைப் படித்ததால் புத்தக அறிவு ஒருவேளை விரிவடைந்திருக்கலாம். ஆனால் இலக்கிய முயற்சிக்கே ஜீவனாக, கருவாக உள்ள எந்த அடிப்படை யையும் இங்கே நான் தேடிக்கொள்ளவில்லை; தேடிக்கொள்ளவும் முடியாது.

சென்னையின் சில நல்ல அம்சங்களையும் இங்கே சொல்ல வேண்டும். இங்கே அருமையான சில இலக்கிய நண்பர்களும் மற்ற நண்பர்களும் உள்ளன்புடைய உபகாரிகளும் கிடைத்திருக் கிறார்கள். மேலும் நான் வழக்கமாக முடிவெட்டிக்கொள்ளும் சலூனின் சொந்தக்காரர், மாதம் 2 ரூபாய்ச் சம்பளம் வாங்கிக் கொண்டு எனக்குக் காலைக் காப்பி வாங்கிக்கொண்டுவந்து கொடுத்த வேலைக்காரன், இரண்டொரு சில்லறைக் கடைக் காரர்கள் முதலியோரும் நான் சென்னையில் கண்ட சில நல்ல ஆத்மாக்கள். இவர்கள் எனக்கு மட்டுமல்ல, சமூகத்துக்கே பெரிய உபகாரிகள். மலாயாவிலிருந்து திரும்பி வந்தபின், இவர்களையெல்லாம் போய்ப் பார்த்து க்ஷேமம் விசாரித்து விட்டு வந்தேன்.

மீண்டும் சென்னைக்கு வந்தேன்

மலாயாவிலிருந்து நான் மீண்டும் சென்னைக்கு வந்து ஒரு வருஷமாகிறது. இப்போது கஷ்டமில்லாமல்தான் வாழ் கிறேன். ஆனாலும் சென்னை வாழ்க்கை என்பது எனக்கு அவ்வளவாகத் திருப்தியளிக்கக்கூடியதல்ல. அன்றாட ஜீவனம் சிரமமில்லாமல் கழியும் என்ற நம்பிக்கைக்கு வழி பிறந்தால், நாளையே நான் சென்னையைவிட்டு ஏதேனும் ஒரு கிராமத் துக்குப் போய்க் குடியேறத்தான் ஆசைப்படுவேன். ஆனால் இந்த ஆசையும், மூட்டை தூக்கிப் பிழைக்க நினைத்த ஆசையைப் போல ஒவ்வொருவருக்கும் சமயாசமயங்களில் ஏற்படும் விசித்திரமான ஆசைகளைப் போன்றதுதானோ என்னவோ?

சரஸ்வதி, நவம்பர் 1958

~ ~

சென்னைக்கு வந்ததில் கிடைத்த லாபம்

சாமி சிதம்பரனார்

~

நான் எழுத்தாளனா என்பதில் எனக்கே சந்தேகம். நான் என்றும் என்னை எழுத்தாளன் என்று சொல்லிக் கொள்ள விரும்பியதில்லை. ஆனால் 1923 முதல் எழுதிக் கொண்டு வருகிறேன். 1948 வரையிலும் நான் எழுதிவந்த எழுத்துக்கள் எல்லாம் பயனற்றவை என்றே இன்று நினைக்கிறேன். ஏனென்றால் அவைகளைப் பற்றி இன்று எனக்கே நினைவில்லை. வேறு யாருக்குத்தான் நினைவி லிருக்கும்?

1923 முதல் 1940 வரையில் எனக்கு இலக்கியத்தைப் பற்றிக் கவலையேயில்லை. நான் மதுரைத் தமிழ்ச் சங்கத் தில் படித்தவன்; கரந்தைத் தமிழ்ச் சங்கத்தில் நீண்ட நாள் தொடர்புகொண்டவன்; பல ஆண்டுகள் அங்கேயே வாழ்ந்தவன். 1924 முதல் 1940 வரையில் நான் தமிழாசிரியர் வேலைதான் பார்த்துவந்தேன். வயிற்றுப் பிழைப்புக் காகவே அந்த வேலையில் ஈடுபட்டிருந்தேன். அந்த வேலையில் இருந்த காலத்திலேயே என்னுடைய பெரும் பொழுது பத்திரிகைகளுக்குக் கட்டுரைகள் எழுது வதிலேயே கழியும். இந்த இடைக்காலத்தில் பலதடவை வேலையிலிருந்து ஓய்வு எடுத்துக்கொண்டு பத்திரிகை களில் வேலை பார்த்திருக்கின்றேன். ஓய்வு எடுக்காமலும் பத்திரிகைகளுக்குத் தலையங்கங்களும் கட்டுரைகளும் எழுதிவந்திருக்கின்றேன்.

நான் சம்பந்தப்பட்டிருந்த பத்திரிகைகள் பல: 'திராவிடன்' (தினசரி, சென்னை), 'குடியரசு' (வாரம்,

ஈரோடு), 'தமிழ்நாடு' (வாரம்), 'வெற்றிமுரசு' (வாரம், மாயவரம்), 'புதுவை முரசு' (வாரம், புதுச்சேரி), 'அறிவுக்கொடி' (மாதம், குடந்தை), 'பகுத்தறிவு' (மாதம், ஈரோடு) இன்னும் பல.

இவைகளில் எழுதப்பட்ட என்னுடைய எழுத்துக்களை யெல்லாம் இன்று தேடிப்பிடித்தால்தான் கிடைக்கும். அவைகள் எல்லாம் அரசியல், சமுதாயம் பற்றிய கட்டுரைகளாகத்தான் இருக்கும். அவைகளும் இலக்கியச் சுவை பொருந்தியவை அல்ல.

அக்காலத்தில் எனக்கு அப்படிப்பட்ட கட்டுரைகளை எழுதுவதில்தான் ஆசை. அக்காலத்தில் நான் ஜஸ்டிஸ், சுயமரியாதை இயக்கங்களில் ஈடுபட்டிருந்தவன். ஆதலால் எனது கட்டுரைகள் எப்படியிருக்கும் என்பதை நீங்களே ஊகித்துக் கொள்ளுங்கள்.

அப்பொழுது எனக்கு ஒரு ஆசையிருந்தது. பத்திரிகைத் தொழிலில் ஈடுபட வேண்டும் என்பதுதான் அந்த ஆசை. பத்திரிகையில் இருந்தால் நமக்கு இஷ்டமானதை எல்லாம் எழுதலாம் என்று எண்ணினேன். இந்த எண்ணம்தான் எனக்குப் பத்திரிகைத் தொழிலிலே ஆசையை உண்டாக்கிற்று. தஞ்சை ஜில்லா போர்டு நிர்வாகத்தின் கீழ் உள்ள பள்ளிகளில் நான் தமிழ்ப் பண்டிதர் வேலைபார்த்து வந்தேன். பத்திரிகை வேலையை நம்பி நான் வேலையைவிட்டு நீங்க நினைத்த போதெல்லாம் எனது நண்பர்கள் தடுத்து வந்தனர். நிலையுள்ள வேலையைவிட்டு, நிலையற்ற வேலைக்குப் போக வேண்டாம் என்று கூறி வந்தனர். ஆகையால் பத்திரிகையில் எழுத வேண்டும் என்ற வெறி மிகுந்தபோதெல்லாம் விடுமுறை பெற்றுக்கொள்ளுவேன். பத்திரிகை நிலையங்களில் வேலைசெய்வேன். இப்படி நான் வேலை பார்த்த பத்திரிகைகளில் குறிப்பிடத்தக்கவை 'திராவிடன்', 'விடுதலை', 'குடி அரசு', 'பகுத்தறிவு' ஆகியவைதாம்.

இரண்டு மூன்று மாதங்களில் இந்த வேலையில் சலிப்புத் தட்டிவிடும். உடனே லீவு முடிந்ததும் மீண்டும் தமிழாசிரியர் வேலைக்குப் போய்விடுவேன். 1928 முதல் எனக்கும் சென்னைக்கும் தொடர்பு உண்டு. சென்னையில் பொழுதுபோக்க எனக்கு விருப்பம் அதிகம். ஆதலால் வெளியூரில் தமிழாசிரியர் வேலை பார்த்த காலத்திலும் விடுமுறை நாட்களில் சென்னையில் தான் வந்து தங்குவேன். எனக்கு விருப்பமான பத்திரிகையில் வேலைசெய்து வருவேன்.

மற்றொரு உண்மையையும் சொல்லிவிடுகிறேன். நீங்கள் என்னைப் பைத்தியக்காரன் என்று நினைத்தாலும் நினைத்துக் கொள்ளுங்கள். 1940 வரையிலும் நான் எழுதி வந்த எழுத்துக்

களுக்கு எந்த ஊதியமும் பெறவில்லை; எழுதுவதற்குப் பணம் கிடைக்கும் என்ற சங்கதியே எனக்குத் தெரியாது. 'பொதுஜன நன்மைக்காக எழுதுகின்றோம். நம்முடைய எழுத்துக்களைப் படிக்கும் ஆயிரக்கணக்கான மக்கள், சமுதாயத் துறையிலே, அரசியல் துறையிலே நம்முடன் சேர்ந்து வருகிறார்கள். மக்களை இவ்வாறு முன்னேற்றம் அடையச் செய்வது நமது கடமை' என்று நினைத்தே எழுதினேன். தமிழாசிரியர் வேலையில் எனக்குக் கிடைத்த ஊதியம் போதுமானதாயிருந்ததால், வேறு ஊதியத்தை நான் எதிர்பார்க்கவில்லை. எழுதுவது ஒரு சிறந்த பொதுஜனத் தொண்டு என்று நினைத்துக்கொண்டே எழுதி வந்தேன். பணம் பெற்று எழுதுகின்றவர்களை நான் பரிகசித்த காலங்கூட உண்டு; இன்று அப்படியில்லை.

1940 வரையிலும் நான் எழுதியவைகளில் பள்ளிக்கூடப் பாடப்புத்தகங்களும் சேர்ந்தவை. அக்காலத்தில் நான் எழுதியவை களில் உருவானவை பாடப் புத்தகங்கள்தாம். பத்துப் புத்தகங்கள் வரையிலும் எழுதியிருக்கிறேன். அவைகள் தமிழகத்துப் பள்ளிக் கூடங்கள் பலவற்றில் பாடமாக இருந்திருக்கின்றன. அவைகளில் நானும் சிறிது பயன்பெற்றேன். அப்புத்தகங்களைப் படித்தவர் களில் பலர் தமிழ் உணர்ச்சி பெற்றனர்.

கடைசியாக 1940இல் தமிழாசிரியர் வேலையை விட்டேன். அப்பொழுது தஞ்சை ஜில்லா பாபநாசம் உயர்தரப்பள்ளியில் ஆசிரியனாக இருந்தேன். தமிழாசிரியர் வேலையில் எனக்கு வெறுப்பில்லை; மாணவர்களுடன் பழகுவதிலும் பாடம் சொல்லுவதிலும் எனக்கு உற்சாகம் அதிகம். ஆயினும் பொதுத் தொண்டில் ஈடுபட வேண்டும் என்ற ஆசை என்னை வேலையை விட்டு நீங்கும்படி கட்டாயப்படுத்திற்று.

வேலையை விட்டபின், சென்னையில், 'விடுதலை'யில் உதவி ஆசிரியனாக இருந்தேன். அப்பொழுது நண்பர் அண்ணா துரை 'விடுதலை'யில் ஆசிரியராக இருந்தார். 1940 முழுவதும் சென்னையில் வாழ்ந்தேன். எழுதுவதில் உற்சாகம் குறைய வில்லை. ஆனால் 'பத்திரிகைத் தொழில் சுயேச்சையானதன்று. பிறர் ஆதிக்கத்திற்கு உட்பட்ட பத்திரிகையில் வேலைசெய்வது அடிமைத் தொழில்தான்' என்ற முடிவுக்கு வந்தேன். ஆதலால் 1941இல் விடுதலையைவிட்டு விலகினேன். சென்னையைவிட்டுக் கிளம்பிக் கும்பகோணம் போய்விட்டேன்.

அங்கே 'முன்னேற்றம் பிரஸ்' என்ற பெயரில் ஒரு அச்சகம் நடத்திவந்தேன். தொழிலில் லாபந்தான். ஆனால் அதிலும் சலிப்புத் தட்டிவிட்டது. எனக்கு எப்பொழுதும் படிப்பதிலும் எழுதுவதிலும் ஆசை. இந்த ஆசை என்னை அந்தத் தொழிலில்

இருக்கவிடவில்லை. பத்திரிகையோ புத்தக வெளியீடோ தொடங்க வேண்டும் என்று துடியாய்த் துடித்தேன். அப்பொழுது காகிதக் கட்டுப்பாடு கடுமையாக இருந்தது. ஆதலால் இவை களுக்கு அரசாங்க அனுமதி கிடைக்கவில்லை. இறுதியில் அச்சகத்தை விற்றுத் தொலைத்தேன்.

மீண்டும் சென்னையை நோக்கிப் படையெடுத்தேன். சென்னையில் எனது ஆப்த நண்பர் ஒருவர் பெரிய அச்சகம் ஒன்றை விலைக்கு வாங்கினார். பத்திரிகையும் புத்தக வெளியீடும் தொடங்குவது; அவைகளை நான் மேற்பார்த்துக்கொள்ளுவது என்ற உடன்பாட்டின் பேரிலேயே அவர் அந்த அச்சகத்தை வாங்கினார். ஏறக்குறைய ஆறேழு மாதங்கள் அந்த அச்சகத் திலிருந்தேன். பத்திரிகை தொடங்கும் முயற்சியும் புத்தக வெளி யீட்டு முயற்சியும் தோல்வி. அதனால் எனக்குச் சென்னையில் இருப்புக்கொள்ளவில்லை. மீண்டும் கும்பகோணத்திற்கே போய் விட்டேன். ஆயினும் எழுத வேண்டும் என்ற பைத்தியம் என்னை விட்டுவிடவில்லை.

1945இல் ஒரு முடிவுக்கு வந்தேன். சென்னையிலேயே குடியேறி விடுவது; ஒரு அச்சகம் ஏற்படுத்துவது; பத்திரிகை, புத்தகங்கள் வெளியிடுவது என்ற முடிவுக்கு வந்தேன். ஆகையால் கும்ப கோணத்தில் இருந்த எனது வீடுகளை விற்றேன். அது கொஞ்சம் லாபகரமான வியாபாரமாகவும் இருந்தது. சென்னையிலேயே 1945இல் குடியேறிவிட்டேன். எனக்கு அவ்வளவாகப் பணக் கஷ்டம் இல்லை.

சென்னைக்கு வந்தவுடன் குடியிருப்புப் பிரச்சினை பெரிதாகிவிட்டது. ஐந்தாறு மாதங்களாக முயன்றும் சரியான இடம் கிடைக்கவில்லை. இறுதியில் சூளைமேட்டில் ஒரு இடம் வாங்கிச் சிறிய வீடு ஒன்று கட்டிக்கொண்டு குடியேறி னேன். இது முடிந்தவுடன் அச்சகம் சம்பந்தமாகப் பெருமுயற்சி செய்தேன். அச்சகத்திற்கு இடம் கிடைக்கவில்லை. பெரிய அளவில் அச்சகம் வாங்கி நடத்துவதற்குப் போதிய பணமும் என்னிடம் இல்லை. என்ன செய்யலாம் என்று எண்ணிக்கொண்டிருக் கும் சமயத்தில் 'லோகோபகாரி'ப் பத்திரிகையில் இடங்கிடைத் தது. உதவி ஆசிரியனாக ஆனேன். திரு. பரலி சு. நெல்லையப்பர் ஆசிரியர். நான் 'லோகோபகாரி'யில் தொடர்புகொள்வதற்குக் காரணம் நண்பர் நாரண துரைக்கண்ணன் அவர்கள்தான்.

நண்பர் நெல்லையப்பர் அவர்கள் ஆசிரியப் பதவியை விட்டு விலகிய பின்னே ஓர் ஆண்டு 'லோகோபகாரி'யின் ஆசிரியராயிருந்தேன். என்னோடு அதன் ஆயுள் முடிந்து விட்டது.

54 ~ சென்னைக்கு வந்தேன்

அதன்பின் மீண்டும் எனக்கும் 'விடுதலை'க்கும் (பத்திரிகை) ஓராண்டு தொடர்பு ஏற்பட்டது. அதன் ஆசிரியர் குழுவில் ஒருவனாக இருந்தேன். நான் 'லோகோபகாரி'யில் இருக்கும் போதே, எனக்கும் சிங்கப்பூரில் நடைபெறும் 'தமிழ் முரசு'க்கும் தொடர்பு ஏற்பட்டது. 'தமிழ் முர'சில் இலக்கியக் கட்டுரைகள் இன்றுவரையிலும் எழுதிக்கொண்டு வருகிறேன்.

1951இல் 'விடுதலை'யிலிருந்து விலகினேன் என்று நினைக்கிறேன். இதன்பின் இனி எந்தப் பத்திரிகையிலும் ஊழியனாக வேலை பார்ப்பதில்லை என்ற முடிவுக்கு வந்தேன். மீண்டும் அச்சகம் நடத்த வேண்டும் என்ற சபலந்தட்டியது. அதற்காக முயன்றேன். சென்னையில் அப்பொழுது இருந்த நிலையை எண்ணிப் பார்த்தபோது, 'நம்மால் இனி அச்சகம் வைத்து நடத்த முடியாது. அந்தத் தொல்லை நமக்கு வேண்டாம்' என்ற தீர்மானத்திற்கு வந்துவிட்டேன்.

என்னால் சும்மா இருக்க முடியாது; ஏதாவது செய்துகொண்டே இருக்கவேண்டும். ஆனால் பொதுஜனத் தொண்டை வாழ்க்கையாகவும் என்னால் ஏற்றுக்கொள்ள முடியாது. நான் எப்போதும் பின்னே செல்பவன்தான்; முன்னே செல்லும் திறமை என்னிடம் இல்லை. ஆதலால் ஏதேனும் அலுவலில் இருந்துகொண்டுதான் ஓய்ந்த நேரத்தில் ஏதாவது பொதுப்பணி புரிய வேண்டும் என்பதே எனது முடிவு. என்னுடைய வாழ்க்கை இன்றுவரையிலும் இப்படித்தான் நடந்துவந்திருக்கின்றது.

இன்றும் சிங்கப்பூர்த் 'தமிழ் முரசு'டன் எனக்குத் தொடர்பு இல்லாவிட்டால் நான் சென்னையில் வாழ முடியுமா என்பது சந்தேகந்தான். ஓய்வு நேரத்தில் புத்தகங்கள் ஏதாவது எழுதலாம் என்ற ஆசையும் இருந்தது. இந்தத் துறையிலே எனக்கு ஊக்கம் அளித்தவர்கள் தமிழ்ப் புத்தகாலயம், ஸ்டார் பிரசுரம் இவைகளின் அதிபர்களான தோழர்கள் கண. முத்தையா, கண. இராமநாதன் ஆகியவர்களே.

அரசியல் துறையில் ஈடுபட வேண்டும் என்பதில் எனக்கு ஆசை அதிகம். ஆனால் என்னிடம் உள்ள சில குணங்கள்— அவை நல்ல குணங்களோ கெட்ட குணங்களோ நீங்கள்தான் தீர்மானிக்க வேண்டும் — என்னை எந்த அரசியல் கட்சியிலும் நிலைக்கவிடவில்லை.

ஆரம்பத்தில் ஜஸ்டிஸ் கட்சிக்காரன்; அதன்பின் தீவிர சுயமரியாதைக்காரன். சுயமரியாதை இயக்கமும் திராவிடக் கழகமும் ஒன்றுதான் என்ற நிலை ஏற்பட்டவுடன் நான் காங்கிரஸ்காரன் ஆனேன். 1942 இயக்கத்தை ஆதரித்தேன். அதன்பின் காங்கிரஸ் பதவிக்கு வந்தபின் அதிலும் எனக்கு

அதிருப்தி. நேர்மையாக நடக்க வேண்டும்; தப்புத்தண்டா செய்யக் கூடாது; சொன்னபடி செய்ய வேண்டும். மக்களிடையே சாதி வேற்றுமை, இன வேற்றுமை மொழி வேற்றுமைகள் பாராட்டக் கூடாது; மக்களனைவரும் கல்வி, பொருளாதாரம், இவைகளில் சமநிலை அடைய வேண்டும்; வர்க்க பேதமற்ற சமுதாயம் ஏற்பட வேண்டும் – இவை போன்ற முற்போக்குக் கொள்கைகளே என்னுடைய அரசியல் கருத்துகள். ஆகையால் நான் எந்த இயக்கத்திலும் நிலைத்திருக்க முடியவில்லை. கட்டுப்பாட்டுக்கு அடங்கி நடக்கும் குணமும் என்னிடம் இல்லை. என்னை எந்த அரசியல் கட்சியினர்தான் ஏற்றுக் கொள்ளுவார்கள்?

இறுதியாக இலக்கியப் பணி ஒன்றுதான் நமக்குத் தகுந்த வேலை என்று முடிவு செய்தேன். அரசியல், சமுதாயம், சீர்திருத்தம் என்று சொல்லிக்கொண்டு, உருப்படியாக ஒன்றும் செய்யாமல் வீண் காலம் போக்கிக்கொண்டிருந்த என்னை இலக்கிய உலகத்தில் நுழையச் செய்தவர் சிங்கப்பூர்த் 'தமிழ் முரசு' ஆசிரியர், நண்பர் கோ. சாரங்கபாணி அவர்கள்தான். அந்த இலக்கிய உலகத்தில் உறுதியாக நிலைத்து நிற்கச் செய்தவர் தோழர் கண. முத்தையா அவர்கள். இன்னும் பல நண்பர்கள் எனக்கு ஊக்கம் ஊட்டி வருகின்றனர்.

குறிப்பாகச் சொல்ல வேண்டுமானால் என்னை எழுத் தாளர் கூட்டத்தில் ஒருவனாகச் சேர்த்தது சென்னைதான் என்பதில் ஐயம் இல்லை. 1945இல் சென்னை வந்து தங்கிய பிறகுதான் எனக்கும் 'தமிழ் முரசு'க்கும் தொடர்பு ஏற்பட்டது. எனக்கும் ஸ்டார் பிரசுராலயத்திற்கும் தொடர்பு ஏற்பட்டது.

நான் சென்னைக்கு வராமல் குடந்தையிலேயே நிலைத்திருப் பேனாயின், ஒரு அச்சாபீஸ்காரனாக இருந்திருப்பேன். அதில் தோல்வி ஏற்பட்டால் ஒரு டீக்கடை, வெற்றிலை பாக்குக் கடை போன்ற சிறு வியாபாரத்தில் ஈடுபட்டிருந்திருப்பேன். அல்லது பழைய வீடுகளை வாங்கிச் சீர்திருத்தம்செய்து, கொஞ்ச லாபம் வைத்து விற்றுக்கொண்டிருந்திருப்பேன். அல்லது வேறு ஏதேனும் வியாபாரம் பண்ணிக்கொண்டிருந் திருப்பேன். என்னை ஒரு வியாபாரியாக்காமல் எழுதும் வேலையில் ஈடுபடச் செய்தது சென்னைதான் என்பது நிச்சயம்.

எனக்கு எழுத்துப் பைத்தியம் இல்லாவிட்டால், நான் ஒரு பணக்காரன் ஆகியிருப்பேன் என்பது நிச்சயம். காரணம், எனக்கு எந்தத் தொழிலையும் – அதாவது நான் துணிந்து தொடங்கும் எந்தத் தொழிலையும் – லாபகரமாக நடத்தத்

தெரியும். இதுவரையிலும் நான் நடத்திய தொழில்களில் எனக்கு நஷ்டம் ஏற்பட்டதே இல்லை. ஆகையால்தான் எனக்கு எழுத்துக் கிறுக்கு ஏற்பட்டிராவிட்டால் நான் ஒரு பணக்காரனாகியிருப்பேன் என்று துணிந்து சொல்லுகிறேன்.

எழுத்தாளர்கள் என்றால், சிறுகதை எழுதுவோர், நாவல்கள் எழுதுவோர், நாடகங்கள் எழுதுவோர் என்றுதான் எண்ணியிருந்தேன். இலக்கியங்களைப் பற்றி எழுதுகின்றவர்கள் எழுத்தாளர் வரிசையில் சேர்க்கப்படுவார்களா என்ற சந்தேகம் எனக்கு வெகுநாளாக உண்டு. எனக்குச் சிறுகதையோ நாவலோ நாடகமோ எழுதத் தெரியாது. ஆனால் அவைகளை எழுத வேண்டும் என்ற ஆசை மட்டும் உண்டு. சிறுகதைகள், நாவல், நாடகம் எழுதியிருக்கிறேன். நான் எழுதியிருக்கும் அவைகள் எழுத்தாளர் உலகத்தில் உலவ முடியுமா என்பதைப் பற்றி எனக்கே சந்தேகம். ஆதலால் அவைகளின் பெயரைப் பற்றி நான் குறிப்பிடவில்லை. அவைகள் புனைபெயரில் எழுதப்பட்டவை. அப்பெயரையும் குறிப்பிட விரும்பவில்லை. இலக்கியம் பற்றி எழுதுவோரையும் எழுத்தாளர் வரிசையில் சேர்க்கலாம் என்ற நம்பிக்கை இப்பொழுது பிறந்திருக்கின்றது. ஆதலால்தான் என்னையும் சிலர் எழுத்தாளர் என்று நினைக்கின்றனர்.

1950க்கு முன் எனக்குப் பல எழுத்தாளர்களிடம் பழக்கம் இல்லை. இன்று எழுத்தாளர் பலருடன் பழகுகின்றேன். அவர்களிடமிருந்து பல விஷயங்களைத் தெரிந்துகொள்ளுகின்றேன். சென்னைக்கு வந்த பின்னர்தான் இந்த வாய்ப்பு எனக்குக் கிடைத்தது.

வெளியூரில் உள்ள எழுத்தாளர்களில் சிலர் சென்னைக்கு வர விரும்பலாம். அவர்களுக்கு ஒரு வார்த்தை: 'எழுத்துத் துறையிலே முன்னுக்கு வர சென்னையில் வசதியுண்டு; இதில் சந்தேகம் இல்லை. ஆனால் எல்லோரும் முன்னுக்கு வந்துவிட முடியாது. எழுதும் திறமை மட்டும் இருந்தால் போதாது. எதிலும் "நான் நான்" என்று முன்னே போகும் குணம் வேண்டும். அழைப்பு இருக்கிறதோ இல்லையோ எந்தக் கூட்டத்திலும் விழுந்தடித்துச் சென்று தன்னை விளம்பரப்படுத்திக்கொள்ள வேண்டும். பத்திரிகாசிரியர்களையும் பத்திரிகை அதிபர்களையும் காக்காய் பிடிக்கும் குணம் வேண்டும். ரேடியோக்காரர்களைச் சினேகம் பண்ணிக்கொள்ள வேண்டும். இப்படியெல்லாம் இருந்தால்தான் எந்த எழுத்தாளரும் எழுத்துத் துறையில் விளம்பரம் பெற முடியும்.' இதை எழுத்தாளர் நினைவில் வைத்துக்கொள்ள வேண்டும். என்னைப் போல் கூட்டத்தில் பழகக் கூச்சப்படுகின்றவர்கள் சென்னையில்

முன்னுக்கு வர முடியாது. இது எனது அநுபவம். சுருங்கச் சொன்னால் 'துரு துரு' என்று இருப்பவர்கள்தான் சென்னையில் வாழ முடியும்.

மற்றொரு விஷயத்தையும் கடைசியாகச் சொல்லிவிடு கிறேன். நான் கடைசிவரையிலும் சென்னையிலேயே இருப் பேனா என்பதைப் பற்றி எனக்கே சந்தேகம். எனக்கும் இரண்டு குறைய அறுபது வயது. எழுதுவதற்கு ஆசை மிகுதி; உடலில் சக்தி குறைந்து வருகின்றது. சென்னையில் சும்மா இருக்க முடியவில்லை. மாலை மூன்று மணி ஆகிவிட்டால் வீட்டில் இருப்புக்கொள்ளவில்லை. ஊர் சுற்றச் சொல்லுகிறது. எங்கேனும் ஒரு நல்ல கிராமத்தில் இருந்தால் மன அமைதியோடு, உடல் நலத்தோடு இருக்கலாம் அல்லவா? – என்ற கேள்வி என்னைத் தொல்லைப்படுத்திக்கொண்டே இருக்கின்றது. இக்கேள்விக்கு இப்பொழுது என்னால் பதில் சொல்ல முடியாது.

முடிவாகச் சொன்னால் சென்னைக்கு வந்ததில் எனக்கு லாபந்தான். மறந்த இலக்கியங்களைப் படித்தேன். எழுத்தாளன் ஆனேன். நான் எழுதுகின்றவையெல்லாம் பழமையைப் பற்றிய வைகள்தாம். ஆயினும் அவைகளைப் பாராட்டுவோரும் இருக்கின்றனர். இவற்றைவிட வேறு என்ன லாபம் வேண்டும்?

சரஸ்வதி, டிசம்பர் 1958

~ ~

சென்னைக்கு வந்தேன்
அசோகன்

~

நான் முதன்முதலாகச் சென்னை நகருக்கு வந்தது தெருவிளக்குகள் முகத்தில் கரிபூசி, கறுப்பு முக்காடு இட்டு, மின்னட்டாம் பூச்சிபோல் 'மினுக், மினுக்'கென்று ஒளிசிந்தி நின்ற காலம். மூலைக்கு மூலைச் சாராயக் கடைகள், கள்ளுக்கடைகள் இருந்தன. வீதிகள் பலவற்றில் விபசாரவிடுதிகள் இருந்தன. இரவு ஒரு குறிப்பிட்ட நேரத்திற்குப் பின்பு வெளிச்சம் வெளியே தெரியாதபடி ஊரடங்கிவிட வேண்டும் என்ற விதி அமுலில் இருந்தது. யுத்தம் ஓய்ந்தும் யுத்தவீரர்களின் நடமாட்டம் நகரில் ஓயாத சந்தர்ப்பம் அது. முன்னிரவு நேரத்தில் குடிபோதை யும் குட்டிகள் போதையுமாக வெள்ளை, கறுப்பு, சிகப்பு, பழுப்பு நிறச் சிப்பாய்கள் நகர வீதிகளிலே பவனி வருவதும் சினிமாக் கொட்டகைகளில் காட்சி நடுவில் உடன் வந்த உல்லாசிகளை இச்சென முத்தமிடுவதும் காட்சி முடிவில் ஒலிபரப்பப்படும் ஆங்கிலக் கீதத்திற்கும் யூனியன் ஜாக்கிற்கும் மரியாதை செலுத்தும் வகையில் படம் பார்ப்பவர்கள் நின்று வெளியேறுவதும் சர்வசாதாரணக் காட்சிகளாகத் திகழ்ந்த காலம் அது. இந்தக் கோலக் காட்சிகளை எள்ளி நகையாடும் வகையில் கெக்கலி கொட்டியவாறு டிராம்கள் ஓடியதும் அந்தக் காலம் தான்.

நான் உதவி ஆசிரியனாக இருந்து பணியாற்றிய ஒரு பத்திரிகைக்கு ஒரு விசேஷ ஆண்டு மலர் அச்சிட்டு வெளியிடும் வேலை நிமித்தமாகக் கோவையிலிருந்து சென்னை வந்தேன்.

இராஜதானியின் முக்கிய நகரங்களை எல்லாம் பார்த்தேன். தலைநகருக்கு நான் வந்தது அதுதான் முதல் தடவை.

என்னிடம் சகோதர பாசத்துடன் பழகிய ஆசிரியர் ஸ்டேஷனுக்கு வந்து என்னை வரவேற்று, பூந்தமல்லி ஹைரோடிலுள்ள பெரிய ஹோட்டல் ஒன்றின் மேல்மாடியில், தான் வாடகைக்கு எடுத்துத் தங்கியிருந்த அறையில் கொண்டுபோய்ச் சேர்த்தார்.

கதைகள், கட்டுரைகள் கேட்டு வாங்க வேண்டிய ஆசிரியர்கள், பெரிய மனிதர்கள், நடிக திலகங்களைப் பேட்டி காண்பது, வாங்குவது, சினிமாக் கம்பெனிகளில் விளம்பரங்கள் சேகரிப்பது, அச்சகத்தில் கொடுத்துவிட்டு, அறையில் தங்கியிருந்து, வரும் புரூப்களைத் திருத்துவது என்பது திட்டம்.

பட்டிக்காட்டைச் சேர்ந்த, ஒரு போதுமான வசதி படைத்த குடும்பக் கூட்டின் பாதுகாப்பிலே வளர்ந்து, அதை அடுத்த சிறுபட்டணக்கரையிலே சாமியார் பள்ளிக்கூடத்தில் – அதுதான் கிறிஸ்துவக் கலாசாலையில் – கல்வி பயின்று, உலகம் தெரியாமல் வளர்ந்த பையன். இவன் பட்டணத்துத் தெருவிலே தட்டுக் கெட்டுப்போகக் கூடாது, நாகரிகச் சூழலிலே சிக்கி நாசமாகி விடக் கூடாது என்ற நல்ல எண்ணம் காரணமாக ஆசிரிய நண்பர் என்னைக் கூடவே அழைத்துச் செல்வார்.

பெரிய மனிதர்கள் என்பவர்கள் உதிர்க்கும் அபத்தக் களஞ்சியங்கள் அல்லது முன்பு அவருக்காக யாரோ எழுதிக் கொடுத்து, ஏதோ பத்திரிகையில் அச்சான ஆங்கிலக் கட்டுரை சகிதம் ஹோட்டலுக்குத் திரும்புவோம். அவற்றை வைத்துக் கொண்டு மலருக்காகக் கட்டுரை தயாரித்துக்கொடுப்பேன். ஆசிரியர் அதை எடுத்துக்கொண்டு பிரஸிற்குப் போவார். போகும்பொழுது, 'சாப்பிட்டுவிட்டு இங்கேயே இருங்கள், பிரஸ் பையன் வசம் புரூபைக் கொடுத்து அனுப்புகிறேன். பார்த்ததும் முடியுமானால் பிரஸில் கொண்டுபோய்க் கொடுங்கள். எங்காவது சுற்றிப்பார்க்கப் போக வேண்டுமானாலும் போங்கள். ஆனால் விளக்கு வைக்கும் முன்பாக அல்லது விளக்கு வைத்த சிறிது நேரத்திற்கெல்லாம் திரும்பிவிடுங்கள். நான் விளம்பரங்கள் பார்த்துவிட்டு வருகிறேன்' என்று சொல்லிப் போவார் அவர்.

அச்சகம் ஹோட்டலுக்குக் கொஞ்ச தூரத்திலேதான் இருந்தது. புரூப் வந்ததும் அதைத் திருத்தி எடுத்துக்கொண்டு, நடந்தே போய்ப் பிரஸில் கொடுத்துவிட்டு, நாள் ஒன்றுக்கு ஒரு பகுதி வீதம் அந்த வட்டாரத்திலுள்ள ஒவ்வொரு பகுதியாகச் சுற்றிப்பார்த்துவிட்டு ஹோட்டலுக்கு வருவேன் நான்.

இரவுச் சாப்பாட்டிற்குப் பிறகு, பெரும்பகுதி இருள் விழுங்கிய ஒளியிலே, நகர்ச்சாலையிலே, எதிர்ச்சாரியிலே நடைபெறும் வேடிக்கைகளைப் பார்த்தபடியே பொழுதோட்டு வேன். சட்டைக்காரிச்சியின் இடுப்பிலே கைபோட்டு அணைத்துச் செல்லும் வெள்ளை ஸோல்ஜர், கும்பலாக உள்ளே நுழைய முயலும் நீக்ரோ ஸோல்ஜர்கள் தலைகளைக் கண்டதும் கத வடைக்கும் ஆங்கிலோ இந்திய குச்சுக்காரிகள் ஆகியவர்கள்தான் வேடிக்கைப் பொருள்கள்.

அந்தத் தடவை ஒரு மாதம் சென்னையில் தங்கிவிட்டு, மலருக்காக அச்சான பாரங்களை ரெயிலேற்றிவிட்டுக் கோவை திரும்பிவிட்டேன்.

மறுமுறையாக நான் சென்னை வந்தது அதற்கு அடுத்த வருஷம். ஆசிரிய நண்பர் ஈடுபட்டிருந்த படத் தயாரிப்பில், வசனம் எழுதுவதில் அவருக்கு ஒத்தாசை செய்வதற்காக இந்தத் தடவை வந்தேன். நகர வர்த்தகத்தின் கேந்திரப் பகுதியில் அமைந்திருந்த ஒரு கடையின் மாடியில் ஜாகை. காலைப் பொழுதையும் மாலையின் பெரும் பகுதியையும் எழுதுவதில் செலவிட்டுவிட்டு, பின்பு சைனாபஜார், ஹைக்கோர்ட், பீச், ராயபுரம் பகுதிகளைச் சுற்றுவதில் கழிப்பேன். ஒரு பெரிய நகரத்தில், இனம் தெரியாத நபர்களின் மத்தியில், நண்பர்கள் எவரும் இல்லாமல், தனியாகத் திரிந்து, ரகரகமான மனிதர் களின் பல்வேறு இயல்புகள், நடவடிக்கைகளை ஆராய்வதில் உள்ள ஆனந்தத்தை அனுபவிப்பேன். அந்தத் தடவை இரண்டு மூன்று வாரங்களில் மறுபடியும் கோவை திரும்பிவிட்டேன்.

சென்னைக்கு நிரந்தரமாகக் குடியேறியது 1946இல்தான். கோவையிலிருந்து எங்கள் காரியாலயத்தைச் சென்னைக்கு மாற்றினோம். ஜெனரல் பாட்டர்ஸ் ரோடிலுள்ள சுபத்ராபாய் மான்ஷனில் ஒரு அறையில் எங்கள் அலுவலகம் அமைக்கப் பட்டது. நானும் ஆபீஸிலேயே தங்கியிருந்தேன். மவுண்ட் ரோடில் உள்ள ஒரு அச்சாபீஸில் பத்திரிகை அச்சாகி வந்தது. அப்பொழுது அங்கு அச்சாகிக்கொண்டிருந்த ‘புது உலகம்’ என்ற பத்திரிகையில், இப்பொழுது ‘தினமணிக் கதி’ரில் உதவி ஆசிரியராக இருந்துவரும் டி.ஆர். நடராஜன் வேலைபார்த்து வந்தார். அவர்தான் எனக்குச் சென்னையில் ஏற்பட்ட முதல் நண்பர். பிரஸில் பத்திரிகைக்கான புரூப்களைப் பார்த்துக் கொடுத்துவிட்டு, மற்ற நேரங்களில் நாங்கள் நகரின் வீதிகளில் சுற்றுவோம்.

சில மாதங்களில் ஓவியர் வேந்தன் எங்களது அறைக்குப் பக்கத்து அறையிலே குடியேறினார். எபிஷியண்ட் பப்ளிஸிட்டீஸ்

அதிபர்களும் சுபத்ராபாய் மான்ஷனுக்கு வந்தார்கள். இவர்களும் நண்பர்கள் ஆனார்கள்.

நான் வேலை பார்த்து வந்த பத்திரிகையின் ஆசிரியர் பட உலக, பத்திரிகை உலக வட்டாரங்களில் பிரசித்தமானவர். எனவே அவரைத் தேடி ஆசிரிய நண்பர்கள், தமிழ்ப் புலவர்கள், படமுதலாளிகள் ஆகியோர் எங்கள் அலுவலகத்திற்கு வருவார்கள். எக்ஸ்ட்ரா நடிகைகள், நாடகக்காரிகள், உதயமாகிக்கொண்டிருக்கும் நடன நட்சத்திரங்களின் புகைப் படங்களுடன் (பத்திரிகையில் பிரசுரிக்கத்தான்) வரும் நபர்களிலிருந்து, பத்திரிகை உலக ஜாம்பவான்கள், பிரபல டைரக்டர்கள், நாடக நட்சத்திரங்கள்வரை பலர் வருவார்கள், சோப்புப் போட்டுத் துவைத்துக் கட்டிய கதர் வேஷ்டி ஜிப்பா சகிதம் காந்தியவாதியாக, ஒழுக்கத்தின் உதாரணமாகத் திகழ்ந்து, சிரமப்பட்டுப் பத்திரிகை நடத்திய லட்சிய ஆசிரியர் முதல், பத்திரிகைத் தொழிலைப் புகழுக்கு வழி, லாபகரமான தொழில், சினிமாக்காரிகளைச் சிநேகம் பிடிக்க ஏற்ற பாதை என எண்ணித் தொடங்கும் உல்லாசப் பேர்வழிகள்வரை, ஓவியர் வேந்தனிடம் அட்டைப்பட டிசைனுக்காக வருவார்கள்.

பண்பட்ட பட முதலாளிகள் முதல், அப்பொழுதுதான் பிரபலமாகிக்கொண்டிருந்த மருக்கொளுந்து செண்டின் மனம் கமகமக்க டாக்ஸியிலே வந்து இறங்கும் வெத்துவேட்டுப் பட முதலாளிகள்வரை விளம்பர டிசைன்கள், சாதனங்கள் தயாரிக்க ஓவியரிடம் வருவார்கள். எல்லோரையும் ஒரே மாதிரியாக நம்பி நண்பர் ஏமாறும் சந்தர்ப்பங்கள் பல. எவ்வளவு எச்சரித்தாலும் அவர் கேட்கமாட்டார். இப்படியாக சுபத்ராபாய் மான்ஷனில் நான் இருந்த நாட்கள் மனிதக் குண, பண்பு ஆராய்ச்சியை லட்சியமாகக்கொண்ட எனக்குப் பெரும் உதவி புரிந்த நாட்கள் ஆகும். ‘எபிஷியண்ட் சகோதரர்’களுடன் செலவிட்ட பொழுதுகள் இலக்கிய அறிவு வளர உதவியவை.

‘இரண்டு கடிகாரங்கள் ஒரேமாதிரி மணிகாட்டமாட்டா’ என்பது பழமொழி. ஒரே மாதிரி மணிகாட்டும் கடிகாரங்களை யாவது பார்க்க முடியும். ஆனால் ஒன்றுபட்ட கருத்து உடைய இரண்டு எழுத்தாளர்களைப் பார்ப்பதுதான் சிரமமாக இருந்தது. நான் எழுதுவதுதான் சிறந்த இலக்கியம், மற்றவர்கள் எழுதுவது வெறும் குப்பை என்று பிறர் எழுதுவதைப் படித்துப் பாராமலே விமர்சித்துத் திரியும் ஆசாமிகளாகத்தான் இருந்தார்கள் பல எழுத்துப் பிரம்மாக்கள். நேரில் பேசும்போது வெளியிடும் அபிப்பிராயங்களுக்கு நேர்மாறான விமர்சனங்களை எழுதிப் பிரசுரித்துவிட்டு, நேரில் பார்த்தால், ‘எவ்வளவோ விஷயங்களை அனுசரித்துப்போக வேண்டியிருக்கு. டெஸ்ட்ரிக்ட்டிவ் கிரிடி

ஸிஸம், வளர்ந்துகொண்டிருக்கும் படத்தொழிலைப் பாதிக்கும்' என மழுப்பும் வேடிக்கை விமர்சகர்களாகத் திகழ்ந்தார்கள் பெரும்பாலர்.

1947இல் எனது தம்பி வல்லிக்கண்ணனும் 1948இல் தி.க. சிவசங்கரனும் சென்னை வந்து சேர்ந்தார்கள். ஆபீஸில் தங்குவது இனிச் சாத்தியமல்ல என்று வேறு ரூம் தேடினோம். சென்னையில் இடம் கிடைக்கவில்லை. டி. ஆர். நடராஜன் பல்லாவரத்திலிருந்து வந்துகொண்டிருந்தார். அவர் எங்களுக்குப் பல்லாவரத்தில் ஒரு இடம் பிடித்துக்கொடுத்தார். பல்லாவரத்திலிருந்து எழும்பூர்வரை எலக்டிரிக் ரயிலில் வருவது, திரும்புவது என்பது சுவையான அனுபவங்களாகத் திகழ்ந்தன. குதிரைப்பந்தயத் தினங்கள் மிகவும் ரசிக்கத் தகுந்த நாட்கள் ஆகும். காலையில் கும்பல் கும்பலாக உற்சாகமாகப் போய் மாலையில் சோகம் கப்பிய முகத்துடன் திரும்பும் நபர்களை எல்லாம் நாங்கள் ஏதாவது ஒரு ஸ்டேஷன் பிளாட்பாரத்தில் நின்று ஆராய்வோம்.

ஆறு மாதங்களில் நாங்கள் பல்லாவரம் இடத்தைக் காலி செய்ய வேண்டி வந்தது. நாங்கள் இருந்த வீட்டை அதன் சொந்தக்காரர் வேறு ஒருவருக்கு விற்றுவிட்டதுதான் காரணம். திரும்பவும் வீடு வேட்டையில் ஈடுபட்ட எங்களுக்கு நண்பர் நாரண துரைக்கண்ணன் கோடம்பாக்கத்தில் ஒரு வீடு அமர்த்திக் கொடுத்தார். கவிஞர் 'தமிழ் ஒளி'யும் எங்களுடன் வந்துசேர்ந்தார். 'அனுஜன்' ('முதலாளி' வசனகர்த்தா வேங்கடராமானுஜம்) எங்களுடன் சில மாதம் தங்கியிருந்தார்.

இடைக்காலத்தில் நான் வேலைபார்த்துவந்த பத்திரிகை ஆசிரியர், பத்திரிகையில் உற்சாகமில்லாதவராகிவிடவே நான் அதைவிட்டு விலகி ஒரு அச்சாபீஸில் புரூப்ரீடராகி ஒவ்வொரு நாளும் பாடப்புத்தகம், ஏல நோட்டீஸ், திருமண அழைப்பிதழ், கோர்ட்டுத் தீர்ப்பு என்று பல்வேறு அச்சுக்கோர்வைகளின் புரூப்களைப் படித்துவிட்டு, மாலையில் வீடு திரும்பியபின் நண்பர்களுடன் மாம்பலம்வரை நடந்துபோய்ச் சாப்பிட்டு விட்டுத் திரும்புவேன்.

நகருக்கு வெளியே தங்குவதால் பொருட் செலவும் காலச் செலவும் அதிகமாகிறது என்று நண்பர்கள் தி.க.சி.யும் 'தமிழ் ஒளி'யும் ஜார்ஜ் டவுனில் குடியேறினார்கள். ஒரு மாதத்திற் கெல்லாம் நாங்களும் ஒரு அச்சுத் தொழிலாளித் தோழர் உதவியால் திருவல்லிக்கேணியில் கிருஷ்ணாம்பேட்டை வந்து சேர்ந்தோம். நல்ல வசதியான இடம் கிடைத்தது. ஜெயகாந்தன் நண்பரானார். அச்சாபீஸ் வேலையை விட்டுவிட்டு நான் எபிஷியண்ட் பப்ளிஸிட்டியில் சேர்ந்தேன். ஜெயகாந்தன், 'தமிழ் ஒளி', தி.க.சி. ஆகியோரும் நாங்களும் தினமும் சந்தித்துக்

கடற்கரையில் பொழுதுபோக்குவோம். அரசியல் முதல் அன்று வெளிவந்த பத்திரிகைகளில் உள்ள கதைவரை எங்கள் பேச்சில் இடம்பெறும்.

'இத்தனை வருஷங்களாகச் சென்னையில் இருந்தும் நீர் இன்னும் பணம் எதுவும் சம்பாதிக்காமல்தானே இருக்கிறீர்? இங்ஙனே வாங்கி அங்ஙனே விற்றுப் பட்டணத்திலே ஒவ்வொருத் தன் எவ்வளவோ சம்பாதித்துவிடுகிறானே!' என்று அதிசயப் பட்டார் திருநெல்வேலியில் என்னைச் சந்தித்த அந்தப் பிராந் தியத்துப் பெரியவர் ஒருவர்.

'பணம் பண்ண வேண்டும் என்ற லட்சியமோ வியாபார மனப்பான்மையோ என்னிடம் இல்லையே என்ன செய்வது?' என்றேன்.

சென்னைக்கு வந்து நான் சீமான் ஆகிவிடவில்லை. அதே சமயத்தில் பழைய புலவர் ஒருவர் புலம்பியதைப் போல 'சென்னைக்கு வந்து சிவமானேன்!' என்று புலம்ப வேண்டிய அவசியமும் எனக்கு ஏற்படவில்லை. சூழ்நிலையின் பிடிப்பிலே சிக்கி மனிதத் தன்மையை இழந்துவிடாமல் இருப்பதே நான் பெற்ற மகத்தான லாபம்.

பெரிய மனிதர்களின் சின்னத்தனங்கள், சாதாரண மனிதர் களின் உயர்ந்த பண்புகள் எல்லாம் எல்லா ஊர்களிலும் காணக் கூடியவைதான். காதலும் காமமும் மனித ஜாதிக்கு உரிய பண்புகள்தான். ஆனால் எல்லாவற்றையும் ஏககாலத்தில், ஒட்டுமொத்தமாகப் பார்த்து உலக அனுபவம் பெறத் துணை புரிவது சென்னை போன்ற நகர்களே.

இப்பொழுது இருட்டடிப்பு கிடையாது. நகரின் சின்னஞ்சிறு சந்துகளிலும் சந்திரக்குஞ்சுகள்போல் ஒளி சிந்தும் மெர்க்குரி விளக்குகள் பிரகாசி கின்றன. மதுக்கடைகள் ஒழிந்துவிட்டன. திருட்டுச் சாராய விற்பனையும் பெரும்பாலும் ஒடுங்கிவிட்டது. பகிரங்கமாக நடைபெற்ற விபச்சாரம் வெவ்வேறு பரிணாமங் களில் சமூக வாழ்க்கையோடு ஐக்கியமாகிவிட்டது. நான் முதல்தடவை வந்தபோது இருந்ததைவிடச் சென்னை நகரின் ஜனத்தொகை கிட்டத்தட்ட மும்மடங்கு பெருகிவிட்டது. நகரும் நாலாபக்கமும் வளர்ச்சி அடைந்துவருகிறது. வளரும் கட்டிடங்கள், 'போதுமென்ற மனமே பொன் செய்யும் மருந்து' என்று தம்மைப் பின்பற்றுவோர்களுக்கு உபதேசித்துவிட்டு, நிதிகள் வசூலித்து வாழ்க்கை வசதிகளைப் பெருக்கிக்கொள்ளும் தலைவர்கள், கலையின் பெயரால் உயரும், தாழும் கலைஞர்கள் ஆகியவர்களது வாழ்க்கையை வழக்கம்போல் நானும் நண்பர் களும் வேடிக்கை பார்த்து வருகிறோம்.

உலக அரங்கிலே நடைபெறும் விந்தை நிகழ்ச்சிகளை வேடிக்கை பார்த்துக் களித்து, அந்த மகிழ்வை வார்த்தை களிலே வடித்தெடுத்துக் கொடுப்பதை வேலையாக ஏற்றுக் கொண்டவர்கள்தானே நாங்கள்!

சரஸ்வதி, டிசம்பர் 1958

~ ~

சென்னைக்கு வந்தேன்

க. நா. சுப்ரமண்யம்

~

புரட்சி செய்வதிலும் ஒரு மரபு உண்டு என்பது வயது ஆக ஆகப் புரட்சி மனப்பான்மை படைத்தவர்களுக்கும் தெரிகிற ஒரு உண்மை. பல புரட்சிகள் தோன்றித் தோன்றி ஒரு மரபை ஏற்படுத்துகின்றன – கடைசிப் புரட்சி வெற்றி பெறுகிறது, மரபாகிறது.

இலக்கியத்திலே புரட்சி, என் அளவில்தான் செய்து பார்ப்பது என்கிற காரியம் என்னுடைய பதினைந்தாவது வயதிலேயே தீர்மானமாகிவிட்ட ஒரு லக்ஷியம். அந்தப் புரட்சி வேகம் ஆங்கிலத்தில்தான் முதலில் செயல்பட்டது. கல்லூரியில் அடியெடுத்துவைக்கும்போதே நான் எழுதத் தொடங்கிவிட்டேன். ஆரம்ப நாளைய கதை, கட்டுரைகளில் சில, ஒரு சில பத்திரிகைகளிலும் வெளிவந்துவிடவே என் இலக்கிய வாழ்க்கை லக்ஷியம் நீடித்துவிட்டது.

பத்தொன்பதாம் நூற்றாண்டின் பிரெஞ்சு இலக்கிய மேதைகளும் இருபதாம் நூற்றாண்டின் என் தலை முறைப் புரட்சி எழுத்தாளர்களான ஜேம்ஸ் ஜாய்ஸும் டி.எஸ்.எலியட்டும் எஸ்ரா பவுண்டும் வகுத்துக்கொடுத்த புரட்சி மரபுக்கு நான் வாரிசு என்கிற எண்ணம் எனக்கு உண்டு. இவர்களுக்கெல்லாம் பொதுவாக வேறு என்ன இருந்தாலும் இல்லாவிட்டாலும் ஒன்று மட்டும் உண்டு. இடம்பெயர்ந்து, ரகசியத்தில், தீர்மானமாக, இலக்கியம் செய்யக் குடும்பத்தளைகளை உதறிவிட்டு வெளியேற வேண்டும் என்று ஒரு நோக்கம் உண்டு. ஜாக் லண்டனின் 'மார்டின் ஈடன்' என்கிற நாவலைப் படித்து என் இலக்கிய வாழ்வு எந்தெந்தத் திசையில் எப்படி எப்படிச் செல்ல

வேண்டும் என்று தீர்மானித்துக்கொண்டு, கையில் ஒரு டைப் ரைட்டருடன் சென்னைக்கு வந்து 1934இல் தங்கசாலைத் தெருவில் ஒரு ஹோட்டலில் தனி அறை எடுத்துக்கொண்டு குடியேறினேன். ஆங்கில இலக்கிய சிருஷ்டியும் வேகம் பெற்றது. 1935 – 36இல் தமிழில் எழுதத் தொடங்கியதுடன் என் இலக்கிய வாழ்வும் வளம் பெற்றது. 1936க்குப் பிறகு 1950 வரையில் ஆங்கிலத்தில் எழுத முயலவில்லை.

தகப்பனாருடன் சண்டைபோட்டுக்கொள்வது என்பது இலக்கியப் புரட்சி மரபுப்படி அவசியமான காரியம் என்று தோன்றியது. ஆனால் அப்படி ஒன்றும் சுலபமான காரியமல்ல அது. என்னை இலக்கிய வாழ்வு வாழத் தூண்டியவரே என் தகப்பனார்தான். ஜாக் லண்டனின் 'மார்டின் ஈடன்' புஸ்தகத் தையும் அதற்கு மாற்றாக சாமுவேல் ஸ்மைல்ஸ் என்பவரின் *Self Help* என்கிற நூலையும் வாங்கித் தந்து இலக்கிய வாழ்வை மேற்கொள்வதில் உள்ள சிரமங்களை எனக்கு உணர்த்தியவர் என் தகப்பனார்தான். 'உனக்கு மாதம் ஐந்நூறு ரூபாய் சம்பளம் (அந்த நாளில்) பெறத் தகுதியிருக்கிறது. ஆனால் எந்த முதலாளிக்கு அதைத் தர வேண்டும் என்கிற அறிவு இருக்கப்போகிறது?' என்று கேட்டு, எந்த உத்தியோகத்துக்கும் போகாதிருக்க என்னைத் தூண்டியவர் என் தகப்பனாரேதான்.

இலக்கியப் புரட்சி செய்வதற்காகக்கூட அவருடன் சண்டை பிடித்துக்கொள்வது சிரமமான காரியம். அவருக்கு நான் ஒரே பிள்ளை. பிள்ளையின் வாழ்வு வீணாகிவிடப்போகிறதே என்பதற்காக அவர் மறுவிவாகம்கூட (என் தாயார் இறந்த பிறகு) செய்துகொள்ளவில்லை. சுமாராகச் சம்பாத்தியமும் இருந்தது. தனக்கென்று மாதம் முப்பது ரூபாய்க்கு மேல் செலவு செய்யமாட்டார். பாக்கிப் பணம் நூறு, ஐம்பது என்று இரண்டு மூன்று தவணைகளில் எனக்குக் கிடைத்துவிடும். காலேஜில் படிக்கும்போதெல்லாம் நூறு, நூற்றைம்பது என்று அந்தக் காலத்தில் செலவுசெய்து பழகியவன் நான். நான் எழுதப்போகிறேன் என்றால் பாட்டியை இரவு பத்தரை மணிக்கு எனக்குக் காபி போட்டுத்தர எழுப்புவார் என் அப்பா. அவரிடம் சண்டைபோட்டுக்கொள்ள முடியாமல், ஆனால் சண்டை போட்டுக்கொண்டுதான், 1934இல் சென்னை வந்து சேர்ந்தேன். அப்படியும் ரெயில்வே ஸ்டேஷனுக்கு வந்து என் தகப்பனார் நூறு ரூபாய் – கையில் இருந்ததுபோக – இருக்கட்டும் என்று கொடுத்துவிட்டுப் போனார்.

சென்னையில் எனது நண்பர் சீதாராமன் என்பவருடன் – அவர் இப்போது இந்திய ஆகாய விமானப்படையில் பெரிய உத்தியோகத்தில் இருக்கிறார் – சென்னை பூராவும் தெருத்

தெருவாகச் சுற்றி அலைந்திருக்கிறேன். சீதாராமனுக்கும் பல மொழிகளில் பயிற்சியும் ஆர்வமும் உண்டு. இருவரும் மூர்மார்க்கெட்டில் தேடிப்பிடித்து ஜெர்மன், பிரெஞ்சு, ஸ்பானிஷ், இத்தாலிய மொழிப் புஸ்தகங்களைப் படிப்போம். எனக்கு அன்றும் சரி இன்றும் சரி – காபி கண்ட இடம் சொர்க் கத்துக்குப் போகும்வழி – புஸ்தகம் கண்ட இடம் சொர்க்கமே தான்.

இருவரும் இலக்கியத்தையும் இலக்கியப் பெரியார்களையும் பற்றிப் பேசிக்கொண்டு தெருத் தெருவாகச் சுற்றிச் சென்னை நகரின் வாழ்க்கையை இரவிலும் பகலிலும் ஒருவாறாகத் தெரிந்துகொள்ள முயன்றோம். எழுதினது குறைவுதான் – அதில் பிரசுரமானது இன்னும் குறைவு. ஒன்றிரண்டு கதைகள் அமெரிக்காவிலும் இங்கிலாந்திலும் பிரசுரமாயின. மாதத்தில் பத்து இருபது திரும்பி வரும். இந்தியாவிலே ஆங்கிலத்தில் நல்ல எழுத்தை வெளியிடுவதற்கு இலக்கியப் பத்திரிகை கிடையாது என்கிற நினைப்பில் அதிகமாக இந்தியாவில் எழுத முயலவில்லை நான். இரண்டொரு கதைகளை ஆங்கிலத்தில் எழுதிப் பிரெஞ்சு பாஷையில் மொழிபெயர்த்துப் பிரெஞ்சு இலக்கியப் பத்திரிகைகளுக்கு அனுப்பினேன். என் முதல் கதை *Fathers and Sons* என்று பெயர் அதற்கு – ஆங்கிலத்திலும் (1935), பிரெஞ்சு மொழியிலும் (1936), பின்னர் 1954இல் ஜெர்மன் மொழியிலும் வெளிவந்தது.

பிரெஞ்சுப் பத்திரிகையில் அந்தக் கதை வெளிவந்த தினம் நான் ஒரு சாம்ராஜ்யத்தையே பிடித்துவிட்டவன்போலக் காற்றிலே நடந்தேன் என்று சொல்ல வேண்டும். அன்று சீதாராமனும் நானும் இரவு பூராவும் பலபலவென்று விடியும் வரையில், ஊரெல்லாம் சுற்றிக்கொண்டே எங்கள் இலக்கிய சாம்ராஜ்யத்தை ஸ்தாபிப்பது பற்றிப் பேசிக்கொண்டிருந் தோம் என்பது ஞாபகம் இருக்கிறது. அதற்கு மறுநாள் காலை யில் நான் ஹோட்டல் முதலாளிக்கு இரண்டு மாதமாக வாடகை பாக்கி என்று என் டைப்ரைட்டரை மட்டும் எடுத்துவைத்துக் கொண்டு, மற்ற சாமான்களுடன் என்னையும் ஹோட்டல் காரன் வெளியேற்றிவிட்டான். (அப்பாவிடம் இருந்து பணம் தருவித்துக்கொண்டு வேறு அறை, பக்கத்து ஹோட்டலிலேயே பார்த்துக்கொள்ள எனக்கு அதிக நேரம் பிடிக்கவில்லை என்று வைத்துக்கொள்ளுங்களேன். சீதாராமனும் பணக்காரர் வீட்டுப் பிள்ளை. அவனிடம் பணமில்லாவிட்டாலும்கூட உதவ முடிந்தது என்றும் சொல்லலாம், இந்த மாதிரிப் பல சந்தர்ப்பங்களில்.)

எழுத வேகம் இருந்தது. ஆனால் டைப்ரைட்டர் போய் விட்டது. அந்த தோஷம்தான் நான் தமிழில் எழுதத் தொடங்

கினேன். காபி சாப்பிட்டுவிட்டு வெற்றிலை பாக்குப் போட்டுக் கொள்ளப் போனபோது கடையில் 'காந்தி' என்று ஒரு பேப்பர் இருந்தது. அதைப் பிரித்துப் பார்த்தபோது அதில் 'வார்ப்படம்' என்று ஒரு கதை இருந்தது. வத்தலக்குண்டு எஸ். ராமையா என்று ஆசிரியர் பெயர் போட்டிருந்தது. யாரோ தெலுங்கன் எழுதிய கதை என்று எண்ணிப் படித்தேன். 'இந்த மாதிரி தமிழில் கதைகள் போடுவார்களானால், நானும் எழுதலாமே' என்று அன்றே ஆரம்பித்து 'ஆத்ம ஸமர்ப்பணம்' என்று ஒரு கதை எழுதினேன். கடைக்காரன் 'மணிக்கொடி' என்று ஒரு பத்திரிகையைப் பற்றிச் சொன்னான். தேடிக்கொண்டு படியேறிப் போனேன். சந்தித்தவர்தான் வத்தலக்குண்டு எஸ். ராமையா என்றும் அவர் தமிழ்தான் என்றும் தெரிந்துகொண்டேன். கதையைக் கொடுத்துவிட்டுக் கதைக்குச் சன்மானமுண்டா என்று கேட்டேன்.

'பணமா? 'மணிக்கொடி'யில் உங்கள் கதை பிரசுரமாக நீங்கள் தர வேண்டும் பணம்' என்றார் ராமையா.

எத்தனை வேண்டும் என்று கேட்க எனக்கு ஆசைதான். (கேட்காமலே 1939இல் 'சூறாவளி' போட ஒரு ஏழெட்டாயிரம் பின்னர் செலவழித்தேன் என்பது தெரியுமே எல்லோருக்கும்.) ஆனால் மறுநாளே வரச்சொல்லியிருந்த ராமையா நான் எழுதிய முதல் தமிழ்க் கதையைத் திருப்பித் தந்துவிட்டார். 'இது கதையில்லை ஸார். கதையாக எழுதித்தாருங்கள்' என்றார் அவர். இன்றும்கூட நான் எழுதுகிற கதைகள் கதைகள்தானா என்று அவருக்கும் மற்றவர்களுக்கும் சந்தேகம் இருப்பது எனக்குத் தெரியும். அதுவும் என் இலக்கியப் புரட்சிச் சாதனை களில் ஒன்று என்று – அடக்கமாகவேதான் – சொல்லிக்கொள் கிறேன். அந்த என் முதல் கதை 1955இல்தான் பிரசுரமாயிற்று.

ராமையா மூலம் எனக்குப் புதுமைப்பித்தன் பரிச்சய மானார். இலக்கிய வேகம் எங்கள் இருவருக்கும் ஒரு பிணைப்பை ஏற்படுத்தியது. புதுமைப்பித்தன் எடுத்த எடுப்பிலேயே மௌனி என்கிற ஒரு 'ரஸமான' மனிதரைப் பற்றிச் சொன்னார். (அவரைப் பின்னர் தேடிக் கண்டுபிடித்தேன்.) நான் தமிழில் எழுத ஆரம்பித்து எழுதிய இரண்டாவது கதை 'குற்றமும் தண்டனையும்.' அதை ராமையா ஏற்றுப் பிரசுரித்தார். மூன்றாவது நான்காவது கதைகளைப் பிரிசுரிக்கும்போதும்கூட ஓரளவுக்கு அவருக்கு ஒரு அடிப்படையான *Reservation* இருந்தது, என் எழுத்துப் பற்றிய வரையில். ஆனால் 'மணிக்கொடி' அவர் கையில் அதிக நாள் நீடிக்கவில்லை. ப.ரா.வின் 'மணிக்கொடி'யில் நான் இரண்டு மூன்று கதைகள் எழுதினேன்.

தவிரவும் 'மணிக்கொடி' மூலம் சில மொழிபெயர்ப்புகள் செய்து வெளியிடுவதும் சாத்தியமாயிற்று. ஜேம்ஸ் ஜாய்ஸின் *Eveline* என்கிற கதையை ஆங்கிலத்திலிருந்தும் மேடர்லிங்கின் எமன் என்கிற நாடகத்தை பிரெஞ்சிலிருந்தும் *Franz Werfel* என்பவரின் 'எமனுடன் போட்டி' என்பதை ஜெர்மன் மொழியிலிருந்தும் மொழிபெயர்த்துத் தழுவி எழுத முடிந்தது. (*Werfel* இன் தமிழ் மொழிபெயர்ப்பு அந்தக் கதையின் ஆங்கில மொழிபெயர்ப்பு வெளிவருவதற்கு ஆறு ஏழு வருஷங்களுக்கு முந்தியே வெளிவந்தது.)

ஆங்கிலம் எழுதுவது அடியோடு நின்றுவிட்டது. முழு வேகத்துடன் பாரதியாரையும் 'மணிக்கொடி' கோஷ்டியினரையும் சிறப்பாகப் புதுமைப்பித்தனையும் மௌனியையும் கண்டுகொண்ட வேகத்துடன், அந்தத் தடவை சென்னையைவிட்டுக் கிளம்பினேன். ஆங்கிலத்தில் செய்ய வேண்டும் என்று நினைத்ததையெல்லாம் தமிழில் செய்து தீர்த்துவிட வேண்டும் என்று மனத்திற்குள் உறுதி – ஊக்கம் – ஆர்வம். ஆனால் இதிலே என் தகப்பனாருக்கும் எனக்கும் உண்மையிலேயே சண்டைவந்துவிட்டது. ஆங்கிலத்தில் ஈடுபாடும் நம்பிக்கையும் வைத்த தலைமுறையைச் சேர்ந்தவர் அவர். தமிழில் என்ன செய்தாலும் இலக்கிய அந்தஸ்தோ மற்றும் பெயரோ புகழோ கிடைக்காது என்கிற திடநம்பிக்கையுள்ளவர் அவர். இந்த நம்பிக்கை நான் 1951இல் பாரிஸ் நகரம் போய் வந்த பிறகுதான் என் தகப்பனாருக்கு ஒரு அளவுக்காவது மாறியது என்று சொல்ல வேண்டும். சென்னையைவிட்டுக் கிளம்பியவன் தஞ்சாவூருக்குப் போனேன். அங்கு இரண்டொரு வருஷங்கள் இருந்துவிட்டு மறுபடி சென்னைக்குச் 'சூறாவளி' வெளியிட 1939இல் மீண்டும் வந்தேன்.

இந்தத் தடவை சென்னைக்கு ஒரு அழகான வாக்கிங் ஸ்டிக்குடனும் மனைவியுடனும் வந்து சேர்ந்தேன். தாடி வளர்க்கிற உத்தேசத்துடனும் வந்தேன். ஆனால் அந்த உத்தேசம் நிறைவேறவில்லை. என் மனைவி ஆக்ஷேபித்துவிட்டாள். 222, அங்கப்ப நாயக்கன் தெருவிலே புதுமைப்பித்தன், நான், கி.ரா. மூவரும் ஒரு அறையில் இருந்தோம் – ஆரம்பத்தில், வீடு கிடைத்து என் மனைவி வரும்வரையில். அப்பொழுது நடந்த ஒரு சம்பவம் எனக்கு நன்றாக ஞாபகம் இருக்கிறது. இரவு இரண்டு மணிக்கு எங்கேயோ ஊர் சுற்றிவிட்டு அறைக்கு வந்து இரைந்து பேசிக்கொண்டிருந்தோம். பக்கத்தறையிலிருந்த மலையாளத்தான் ஒருவன் வந்து வெளியே கூப்பிட்டான். போனேன். வார்த்தையே பேசாமல் பளாரென்று கன்னத்தில் அறைந்துவிட்டான். இந்தக் காதுபாடிற்று. புதுமைப்பித்தனும்

கி.ரா.வும் தவித்துப்போனார்கள் என்றும் கூட இருந்த ராமையாவின் தம்பி கிட்டப்பா போலீஸ்காரனைக் கூப்பிட்டு வர ஓடினான் என்பதும் ஞாபகம் இருக்கிறது. ஆனால் அந்த மலையாளத்தானின் கையை நான் கெட்டியாகப் பிடித்துக் கொண்டேன். இன்னொரு கன்னத்திலும் அதே போல இன்னொரு அறை வைத்துவிட்டுத்தான் அவன் போகலாம் என்று நான் வற்புறுத்தினேன். அறைந்திருந்தானானால் நான் நிச்சயமாகக் கீழே விழுந்திருப்பேன் என்றுதான் நினைக்கிறேன். ஆனால் அவன் ஆத்திரத்தில், தூக்கம் கெட்டதற்காகச் செய்ததற்கு மன்னிப்புக் கேட்டுவிட்டுப் போய்விட்டான் என்றும் அன்றிரவும் பொழுது விடியும்வரையிலும் வழக்கமான குரலிலே பேசிக் கொண்டேதான் இருந்தோம் என்பதும் ஞாபகம் இருக்கிறது.

கையில் இப்பவெல்லாம் வாக்கிங் ஸ்டிக்கில்லாதிருப்பதைச் சில சமயம் நான் உணருகிறேன் – வருத்தத்துடன். 1939இல் இருந்ததைவிட இப்போது சென்னையில் (தமிழில்) இலக்கியப் போலிகள், விபசாரிகள் அதிகரித்துவிட்டனர். ஆனால் வாக்கிங் ஸ்டிக் போதாது – யந்திரத்துப்பாக்கி வேண்டியிருக்கும் இவர்களை எதிர்க்க என்று எனக்குத் தோன்றுகிறது. எனக்கும் அன்றைக்கு இருந்ததைவிட இன்று உடம்பில் தெம்பு குறைவுதான் – இலக்கியத் தெம்பு அதிகமானாலும்கூட. மற்றொரு கன்னத்தைத் திருப்பிக் காட்டுவதைத் தவிர வேறு என்ன செய்வதற்கிருக்கிறது?

'சூறாவளி' நடந்த நாட்களிலே புதுமைப்பித்தன், கி.ரா. அவர்களுடன் ஏற்கெனவே இருந்த நட்பு ஆழ்ந்தது என்று சொல்ல வேண்டும். மற்றும் கு.ப. ராஜகோபாலன், ந. பிச்சமூர்த்தி, ந. சிதம்பரசுப்ரமண்யன் முதலியவர்களுடனும் பழகும் வாய்ப்பும் கிடைத்தது. கு.ப.ரா. போன்றவர்கள், தாகூர், அரவிந்தர், கீட்ஸ், ஷெல்லி என்பவர்களைப் பற்றி அதிகமாக மதிப்பு வைத்திருந்தார்கள் என்பதற்காகவேனும் அவர்களைக் குறைகூற வேண்டும் என்கிற எண்ணத்துடன் புதுமைப்பித்தனும் நானும் கு.ப.ரா. முதலியவர்களைத் தேடிக்கொண்டுபோன சந்தர்ப்பங்கள் உண்டு. அவையெல்லாம் ஒரு இளமை மிடுக்கு என்று இப்போது தோன்றினாலும்கூட, அவசியமான காரியங்களாகத்தான் தோன்றுகின்றன.

சென்னைக்கு வந்ததனால் என் இலக்கிய சேவை சிறப்புற்றது என்று நான் சொல்லத் தயாராக இல்லை. ஆனால் சென்னை வருகிற அனுபவத்தினால்தான் என் சாத்தனூர் அனுபவங்கள் ஆழ்ந்தன, இலக்கியத் தரம் பெற்றன என்று சொல்ல வேண்டும். அந்த அளவுக்குத்தான் சென்னை எனக்கு உதவியிருக்கிறது. சென்னையைவிட்டுப் பல காலம் வெளியே வாழ்ந்ததால்

சாத்தனூர்த் தரத்தில் நான் சென்னை பற்றி இலக்கியம் செய்ய முடியுமோ என்னவோ – இப்போது சொல்லத் தெரிய வில்லை.

ஆனால் இலக்கியச் சூழ்நிலையைச் சென்னை சிருஷ்டித்துத் தராதோ என்கிற ஒரு வேகம், நினைப்பு சமீப காலத்தில் எனக்கு ஏற்படத்தான் ஏற்பட்டிருக்கிறது. எப்போதுமே இப்படித்தான் என்று சொல்பவர்களையும் நான் சந்தித்திருக்கிறேன். போலிகள் மலிய மலிய, ஜேம்ஸ் ஜாய்ஸ் சொன்ன மாதிரி, 'இலக்கியத்திலே குடும்ப ஸ்திரீகளுக்கும் விபசாரிகளுக்கும் உள்ள வித்தியாசம் குறையக் குறைய' இலக்கிய நோக்கம் தடைப்பட்டுத் தேங்குகிறது என்றுதான் எனக்குத் தோன்றுகிறது. இந்தத் தேக்கத்துக்குச் சென்னை வாழ்வு அடிகோலுகிறது என்றும் சொல்லலாம்.

சென்னைக்கு வருகிறவர்கள் மூர்மார்க்கெட்டில் போய் ஏமாந்துவிடக் கூடாது என்று அந்த நாளில் சொல்வார்கள் – மூர்மார்க்கெட்தான் ஏமாற்றுக்கெல்லாம் இருப்பிடம் என்று எண்ணி. இப்போது சென்னை பூராவுமே இது வியாபித்து நிற்கிறது என்று சொல்லலாம். 'நல்லெண்ணெயிலிருந்து நல்லெண்ணம்வரையில் கலப்படந்தான்' என்று புதுமைப்பித்தன் சொன்னாரே – அது சென்னை வாழ்வை அடிப்படையாக வைத்துத்தான். கலப்படம் செய்பவர்கள்தான் அதிகமாகக் கலப்படத்தின் ஆபத்துகளைப் பற்றிச் சொல்லுகிறார்கள் – வள்ளுவர் வகுத்த வழியை எடுத்துப் புளியமரம் உலுக்குவது போல உலுக்குபவர்கள் வள்ளுவர் பண்புக்கு எதிர்மாறான வாழ்க்கை வாழ்வதுபோல, இந்த முரண்பாடு சென்னை வாழ்வின் அடிப்படை என்றுதான் தோன்றுகிறது.

நான் பள்ளிக்கூடத்தில் படித்த நாட்களில், அதாவது 1923, 1924இல், 'மதிமோசக் களஞ்சியம்' என்று ஒரு புஸ்தகம் வழக்கிலிருந்தது. சென்னைக்கு வருபவன் எந்தெந்த விதங்களில் ஏமாற்றப்படுவான் என்பதை விஸ்தாரமாக விவரிக்கும் நூல் அது. ஷேக்ஸ்பியர் காலத்திய லண்டனில் நடக்கும் ஏமாளி வித்தைகளை விவரிக்கும் நூல் ஒன்றைப் பின்பற்றி, சென்னை அனுபவத்துடன் எழுதப்பட்ட நூல் அது.

அந்த நூலை ஐயந்திரிபறக் கற்றறிந்துகொண்டுதான் நான் சென்னைக்கு வந்தேன்.

சரஸ்வதி, அக்டோபர் 1958

~ ~

இலக்கியம் என்ற புதையலைத் தந்த இடம்

ந. சிதம்பரசுப்ரமண்யன்

~

நம் நாட்டில் 'கெட்டுப் பட்டணம் சேர்' என்று ஒரு பழமொழி உண்டு. நான் பட்டணம் வரும்பொழுது கெட்டுப் போய் வரவில்லை. சென்னைப் பட்டணம் வந்தும் கெட்டுவிடவில்லை. ஆனால் என் அந்தரங்கத்தில் அன்றிலிருந்து இன்றுவரை, சென்னையிலேதான் என் வாழ்வு உண்டு என்று ஒலித்துக்கொண்டே வந்திருக்கிறது.

சிறு பையனாக இருக்கும்பொழுதே சென்னைமீது மோகம் ஏற்பட்டுவிட்டது. மூன்றாம் பாடப் புத்தகத்தில் 'டிராம் வண்டி' என்று நடுத்தெருவில் ஓடும் ரயிலைப் பற்றி, ரயிலே இல்லாத ஊரில் இருக்கும் பையனுக்கு அவ்வளவு ஆர்வம் இருக்காது! உலகத்திலேயே சிறந்த கடற்கரை, மனிதனை மனிதன் இழுக்கும் நரவாகனங்கள் (புதுமைப்பித்தன் வார்த்தை இது) இப்படி அனேக அதிசயங்களைக் கேட்டு வியந்திருக்கிறேன். சென்னைக்குப் போய்த் திரும்பி வருபவர்கள், எதை எடுத்தாலும் எட்டணா என்று வியாபாரம் செய்த ரென்பென்னட் கம்பெனியில் வாங்கிவந்த அற்புதச் சாமான்களைக் காட்டுவார்கள். இந்திரபுரி அளகாபுரியைப் போலச் சென்னைபுரியும் ஒரு கனவுலகாகவே கொண்டு மனம் சொக்கி நிற்கும். இவைகள் எல்லாம் போதாதென்று, ஜே.ஆர். ரங்கராஜு அவருடைய சுவை மிகுந்த துப்பறியும் நாவல்கள் மூலம் அட்ஸமாடன் தெரு, ஹோட்டல் பழனி விலாஸ் என்றெல்லாம் சென்னையையும் அதன் நாகரிகத்தையும் அறிமுகப்படுத்திவைத்திருந்தார்.

இதெல்லாம் சேர்ந்து என் கற்பனையிலே சென்னையைப் பற்றி அழகான கவர்ச்சியை உண்டுபண்ணியிருந்தன. பொது வாகக் கற்பனையெல்லாம் உண்மைக்குப் புறம்பாக இருக்கும். சில சமயங்களில் கற்பனையுலகிலிருந்து உண்மைக்கு வரும் பொழுது ஏமாற்றத்தையும் கொடுக்கும். ஆனால் சென்னையைப் பொறுத்தமட்டில் என் கனவு பொய்க்கவில்லை. சென்னை எனக்கு அலுக்கவில்லை, அதன் கவர்ச்சியை இழக்கவுமில்லை.

சிறுவயதில் இரண்டு மூன்றுதரம் வந்துவிட்டுப் போயி ருக்கிறேன். ஆனால் சென்னைக்கு நிரந்தரமாகக் குடித்தனம் செய்யவந்தது 1933 – 34இல்தான். மகாத்மா காந்தி உப்புச் சத்யாகிரகத்தை ஆரம்பித்து மக்களிடையே கிளர்ச்சியை உண்டுபண்ணியிருந்த சமயம். நான் சென்னை வந்ததற்கு நேர்முகமானதொரு காரணமும் கிடையாது. புதுக்கோட்டை யில் இண்டர்மிடியட் பரீக்ஷை முடிந்து அதில் ஒரு பாகத்தில் தவறிவிட்டேன். தேறியிருந்தால் எங்கள் உறவினர்கள் விருப்பப் படி இஞ்ஜினீயரிங் காலேஜில் சேர்ந்திருப்பேன். பரீக்ஷையில் தவறிவிடவே மேலே என்ன செய்வதென்று தெரியாமல் சென்னைக்கு வந்தேன். உத்தியோகம் தேடுவதாகவும் உத்தேசம் இல்லை. மேலும் கொஞ்சகாலம் ஏதாவது படித்துக்கொண்டு கவலையற்றிருக்கலாம் என்று ஆசை. இண்டர்மீடியட் தேறாமல் மேலே படிக்கக்கூடிய குறுக்குப் படிப்புகள் உண்டா என்று தேடிய காலத்தில் ஆடிட்டர் உத்தியோகப் படிப்பு அதில் பிடிபட்டது. அதற்கு ஐந்து வருஷம் ஒரு பெரிய ஆடிட்டரிடம் தொழில் தெரிந்துகொள்ளச் சம்பளம் கொடுத்துக்கொண்டு வேலைசெய்ய வேண்டும் என்ற விதி எனக்கு மிகவும் வசதியாக இருந்தது. ஐந்து வருஷம் சென்னை வாசம் நிச்சயம். ஆகவே அதற்கு வேண்டிய ஏற்பாட்டைச் செய்துவிட்டு ஒரு பிரபல ஆடிட்டரிடம் அமர்ந்துகொண்டேன்.

சரி, என் பிழைப்புக்கதை போகட்டும். எழுத்தாளன் கதை என்ன? இதுவரையில், நான் தீவிரமாக ஒன்றும் எழுத நினைக்க வில்லை. ஆனாலும் சிறு வயது முதல் கொண்டு படிப்பிலும் இலக்கியத்திலும் அபார ருசியுண்டு. படித்த கதைகளை என் நண்பர்களுக்குச் சுவை குன்றாமல் சொல்லுவேன். மனத்தின் அடித்தளத்தில் எழுதலாம் என்ற ஆசையிருந்தாலும் அதை நடைமுறையில் செய்து பார்க்கத் தைரியமும் மனப்பக்குவமும் வரவில்லை. இருந்தாலும் எனக்குக் கலைகளிலே ஈடுபாடு உண்டு. எங்கள் பரம்பரை இசையிலும் மிகவும் ஈடுபாடுகொண்ட பரம்பரை. சங்கீதத்தில் எனக்கு ஈடுபாடு உண்டு. ஏதாவது கலைத் துறையில் முன்னேற வேண்டும் என்ற ஆசை மிகுந்து இருந்தது. இயற்கையில் மிகவும் கூச்சத்தையும் ஒதுங்கும் மனப்

பான்மையும்கொண்ட எனக்குத் தொழில் முறையில் வெற்றி ஏற்படும் என்ற நம்பிக்கை கொண்டதில்லை. ஆனால் கலை யுலகில் வெற்றி பெறலாம், பெற வேண்டும் என்ற ஆசை மாத்திரம் இருந்தது. ஆனால் எழுத்துலகத்தைப் பற்றி நான் கனவு கண்டதில்லை. எழுத்துலகம் என்று ஒன்று உண்டு என்று தெரிந்தால்தானே.

அந்தக் காலத்தில், கல்கியை ஆசிரியராகக்கொண்ட 'ஆனந்தவிகடன்' ருசிகரமான கட்டுரைகளுடன் பிரபலமாகி வந்தது. ஆங்கிலம் படித்தவர்களும் விரும்பிப் படிக்கத்தக்க முறையில் வெளிவந்துகொண்டிருந்தது. கல்கியின் கதைகளை யும் கட்டுரைகளையும் உற்சாகத்தோடு படிப்பேன். இதர நண்பர்களுடன் அதைப் பற்றி விவாதிப்பேன். அப்பொழுது 'ஆனந்தவிகட'னிலே ரூ. 100 கதைப் பரிசுப் போட்டி நடத்தினார் கள். அந்தக் காலத்தில் அது பெரிய பரிசு. முதற் பரிசு காலஞ் சென்ற நண்பர் 'றாலி'க்கும் இரண்டாவது பரிசு பி.எஸ். ராமையா வின் 'மலரும் மணமும்' என்ற கதைக்கும் கிடைத்தன. எனக் கென்னவோ, நண்பர் ராமையாவின் கதைதான் மிகவும் பிடித்திருந்தது. தமிழில் இவ்வளவு அருமையாகக் கதை எழுத முடியுமா? அப்படி எழுதக் கூடியவர்கள்கூட இருக்கிறார் களா! என்று வியந்து கொண்டிருந்தேன்.

பரிசுப் போட்டிக் கதைகள் வெளிவந்த சில வாரங் களுக்குப் பிறகு, ஒரு நாள் கடற்கரையில் உட்கார்ந்துகொண் டிருந்தேன். புதுக்கோட்டையில் என்னுடன் படித்த நண்பர் ராமையா (இவர் ஸண்டே டைம்ஸ் ராமையா என்று பிரசித்த மான விளம்பர வியாபாரி) மற்றொரு மனிதருடன் வந்துகொண் டிருந்தார். என்னைப் பார்த்து அங்கேயே அருகில் உட்கார்ந்து விசாரிக்கத் தொடங்கினார். கூட வந்தவரை அறிமுகம் செய்து வைத்தார். 'இவர்தான் பி.எஸ். ராமையா எழுத்தாளர். இவருடைய கதைக்குத்தான் 'ஆனந்தவிகடன்' பரிசு கிடைத்தது' என்றார். எனக்கு அப்படியே உடம்பு புல்லரித்தது. ஒரு எழுத்தாளரைக் கண்டுவிட்டேன். அதுவும் நான் படித்து ரசித்து அனுபவித்த கதையை எழுதியவரையே நேரில் கண்டுவிட்டேன். அவர் மனிதனா? ஒரு பிரும்மா? இல்லாத ஒன்றை உலகத்திலே புதிதாகப் படைத்த சிருஷ்டிகர்த்தா. ஆசாமி வெறும் குச்சி. கிள்ளி எடுக்கச் சதை கிடையாது. கறுப்பு நிறம், சப்பி, வாடிய கன்னங்கள். புகையிலை குதப்பிக்கொண்டிருக்கும் வாய். கூர்மையான கண்கள். பேச்சிலே வேகம். உள்ளத்திலே ஒரு விறுவிறுப்பு. அதுதான் நான் முதல் முதலாகக் கண்ட எழுத்தாளர் ராமையா. அந்தச் சந்திப்புதான் நான் எழுத்து லகில் புகுவதற்கு ஏற்பட்ட முதற்காரணம்.

ராமையா, என்னை மற்ற எழுத்தாளர்க்கும் அறிமுகம் செய்துவைப்பதாக வாக்களித்தார். அந்தச் சமயத்தில், வ. ரா., கு. சீனிவாசன், டி.எஸ். சொக்கலிங்கம் மூன்று பேரும் 'மணிக் கொடி' என்ற வாரப் பத்திரிகையை ஆரம்பித்து நடத்திக்கொண் டிருந்தனர். சில இதழ்களை ராமையா கொண்டுவந்து எனக்குக் காட்டினார். அந்த ஆசிரியர்களிடம் என்னை அழைத்துப் போவதற்கு ஏற்பாடு செய்தார். அவர்கள் காரியாலயம் செம்புதாஸ் தெருவில் இருந்தது. ஒரு நாள், நானும் என்னுடன் ஆடிட் படிப்புக்குப் படித்துக்கொண்டிருந்த இன்னும் இரண்டு நண்பர் களும் ராமையாவுடன் செம்புதாஸ் தெருவிலிருந்த 'மணிக்கொடி'க் காரியாலயத்திற்குச் சென்றோம். அங்கு ஏழெட்டுப் பேர்கள் உட்கார்ந்துகொண்டிருந்தனர். பார்த்தாலே, எல்லோரும் அறிவாளிகள் என்று நிச்சயமாகத் தோன்றும். ராமையா, ஒவ்வொருவரையும் அறிமுகப்படுத்தினார். வ.ரா., சொக்கலிங்கம், கு. சீனிவாசன், தி.ஜ.ர., அ.நா. சிவராமன், சங்கு சுப்ரமண்யன். எங்களைக் காட்டி 'இவர்கள் இளைஞர்கள். இலக்கியத்தில் மிகவும் ஈடுபாடுடையவர்கள்' என்று அறிமுகப்படுத்தினார். வ. ரா. எங்களைக் கூர்ந்து கவனித்தார். எழுந்திருந்து எங்கள் பக்கம் வந்தார். 'நீங்கள் என்ன, வெள்ளைக்காரனுக்குத் துப்பாக்கி தூக்கிண்டு போகப் போறிகளோ?' என்றார். எங்களுக்கு ஒன்றும் புரியவில்லை.

பிரமித்துப் போய் உட்கார்ந்துகொண்டிருந்தோம். வ. ரா. மேலும் பேசினார். 'தேசம் என்று ஒன்றிருக்கிறது. காந்தி ஒருவர் இருக்கிறார். போராட்டம் ஒன்று நடக்கிறது. அதில் எல்லாம் உங்களுக்கு ஒன்றும் சம்பந்தம் இல்லையோ? கதர் கட்டுவதற்கும் உங்களுக்கு ஒரு ஜோலியுமில்லை. இல்லையா? அடுத்த தடவை யாவது வரும்பொழுது கதர் கட்டிக்கொண்டு வாருங்கள்' என்றார். அப்பொழுதுதான் விஷயம் புரிந்தது. நான் முழுக் கதர்க்காரன் அப்பொழுது. நண்பர்கள் கதர்க்காரர்கள் அல்ல; அவர்கள் அசந்துபோய்விட்டார்கள். இந்த முதல் துப்பாக்கி வேட்டுக்குப் பிறகு, துப்பாக்கியை உள்ளே வைத்துவிட்டார் வ.ரா. அதற்குப் பிறகு அவருக்கே உரித்தான சரளமான அவுட்டுச் சிரிப்புகளுடன், பேசிக் களிப்பூட்டினார். வந்த என் நண்பரில், ஒருவர் பாடகர். அவர் பாட்டுப்பாடி எல்லோரையும் மகிழ் வித்தார். மற்றொரு நண்பர் சித்திரக்காரர். பத்திரிகைக்காரர் கள் நண்பருடைய சித்திரங்களில் ஒரு விருப்பத்தைக் காட்டி ஈடுபட்டதில் ஆச்சரியமில்லை. நான் ஒருவன்தான் 'வெறும் மனிதன்.' மற்ற நண்பர்களுக்குப் பின்வாங்காமல் என்னிடம் ஒரு விசேஷத்திறமையிருக்கிறது என்று சொல்லிக்காட்டக் கூடிய அவைப் பொருள் ஒன்றும் இல்லை. ஆனால் என்றாவது ஒரு நாள் நானும் அந்தப் பெரியவர்களுடைய நன்மதிப்புக்குப்

பாத்திரனாகிவிடுவேன் என்ற ஒரு நம்பிக்கை மாத்திரம் என்னிடம் இருந்தது.

இதற்குப் பிறகு எழுத்தாளர்கள் அனேகருடன் எனக்குப் பரிச்சயம் ஏற்பட்டது. கடற்கரையில் தினம் தவறாமல் போய், அவர்களுடைய பேச்சுகள் கருத்துகள் எல்லாவற்றையும் கேட்டு அனுபவிப்பேன். இந்தக் கூட்டங்களுக்கு றாலி, ரா.நா. தவறாமல் வருவார்கள். தி.ஜ.ர. சங்கு காரியாலயத்திலிருந்தார். தினம் அவரும் வருவார். என் மனத்திலே, ஒன்று நிச்சயமாகி வந்தது. நான் எழுத்தாளன் ஆகிவிட வேண்டியதுதான். ஆனால் பிழைப்புக்கு அதை வைத்துக்கொள்ளும் உத்தேசம் இல்லவே இல்லை. என் பிழைப்புக்குத்தான் ஒரு வழியை வகுத்துக்கொண்டுவிட்டேனே தவிர எழுத்தாளர் வாழ்க்கையும் அப்படிக் கவர்ச்சியுடன் பின்பற்றத் தூண்டவில்லை. அதில் வெறும் கஷ்டத்தைத் தவிர வேறு ஒன்றும் பலன் இல்லை என்பதை அறிந்துகொண்டேன். கிப்ளிங், எட்கார் வாலஸிடம் சொன்னானாம், 'தம்பி, இலக்கியம் கருத்துக்கிசைந்த காதலிதான். ஆனால் மணந்துகொண்டா யானால் மானத்தை வாங்கும் மனைவியடா' என்றானாம். இந்தப் பேருண்மை எனக்கு அன்றே அப்பட்டமாக விளங்கி விட்டது. சரி, பொழுதுபோக்காக இலக்கியத்தோடு விளையாடிப் பார்க்கலாம் என்று தீர்மானித்தேன்.

இலக்கிய நண்பர்களுக்குள்ளே, தி.ஜ.ர. வுடன் கொஞ்சம் அதிகமாகப் பழகினேன். அவர் பரமசாது. என்னுடைய நடவடிக் கைக்கு ஒத்திருந்தது அவர் குணம். என்னைப் போலவே அவரும் அதிகம் பேசமாட்டார். அடாவடி கிடையாது. மெதுவாகத் தான் பேசுவார். பார்த்தாலே இவர் ஒரு அப்பாவி மனிதர் என்று நிச்சயம் சொல்ல முடியும். எளிமையான குணம், எளிமை யான தோற்றம், எளிமையான பேச்சு. நான் மற்றவர்கள் முன்னிலை யில், நத்தை தன்னைக் கூட்டுக்குள் சுருக்கிக்கொள்வதுபோல் சுருங்கிவிடுவேன். என் எண்ணங்கள், அபிப்ராயங்களை வெளிக் காட்டிக்கொள்ளமாட்டேன். ஆனால் தி.ஜ.ர.விடம் எனக்கு அந்நிய பாவம் இல்லாமல் போய்விட்டது. மனம்விட்டுப் பேசுவேன். என் அபிப்ராயங்களைத் தயங்காமல் சொல்லுவேன். என் இலக்கிய ஆர்வத்தையும் ருசியையும் சிலாகித்து என் ஆர்வத்தைத் தூண்டினார். அவருடைய பரிவு கலந்த உற்சாகமூட்டும் தூண்டு கோலால்தான் எனக்கு எழுதியே தீருவது என்று தீர்மானமும் தைர்யமும் உண்டாயிற்று.

ஒரு நாள் ஒரு கதையை எழுதி தி.ஜ.ர. விடம் கொடுத்து, 'இதைப் படித்துப் பாருங்கள் நன்றாக இல்லாவிட்டால் கிழித் தெறிந்துவிடுங்கள்' என்று சொல்லிவிட்டு வந்தேன். மறுநாள், வழக்கமாகக் கடற்கரைக் கூட்டத்திற்குச் சென்றபொழுது,

தி.ஜ.ர. வும் நாலைந்து இதர நண்பர்களும் உட்கார்ந்திருந்தார்கள். வழக்கம்போல் நானும் போய் உட்கார்ந்துகொண்டிருந்தேன். தி.ஜ.ர. என்னைப் பார்த்ததாகவே காட்டிக்கொள்வில்லை. பேச்சு இலக்கியத்தைப் பற்றித் திரும்பிக்கொண்டிருந்தது. ஒருவர் சமீபத்தில் வெளியான ஒரு கதையைப் பற்றி ஏதோ குறிப்பிட்டார். தி.ஜ.ர. எல்லோரையும் பார்த்துக்கொண்டு சொன்னார்: ‘என்ன ஐயா நாம் கதைகள் எழுதுகிறோம்; என்ன பிரமாதம்! இவர் (என்னைக் சுட்டிக்காட்டி) ஒரு கதையை எழுதியிருக்கிறார். அதற்குமுன் நம் கதைகள் ஒன்றுமேயில்லை’ என்றார். எனக்குத் தூக்கிவாரிப்போட்டது. இது கனவா நினைவா? நினைவேதான். விசுவாமித்ரர் எவ்வளவோ தவஞ் செய்து வசிஷ்டர் வாயினால் பிரம்மரிஷி என்ற பட்டத்தைப் பெற வேண்டியிருந்தது. ஆனால் தி.ஜ.ர.வோ என் முதற்கதை யிலேயே எனக்குப் பட்டம்கட்டிவிட்டார். அது அவருடைய பெருந்தன்மை. எனக்கு இலக்கிய தீட்சை கொடுத்த முதல் குரு தி.ஜ.ர. தான். அது அப்படிச் சிறந்த கதையுமில்லை. இருந்தாலும் என்னை அப்படி உற்சாகப்படுத்தியிருந்திரா விட்டால் இயற்கையிலே சங்கோஜியும் தன்னம்பிக்கையற்ற வனுமாயிருந்த நான் எழுதியிருக்க முடியுமா என்பது சந்தேகம் தான்.

அதன் பிறகு நானே ராமையாவிடம் ஒரு கதை கொண்டு போய்க் கொடுத்தேன். இந்தச் சமயத்தில் ராமையாவே ‘மணிக் கொடி’யின் நிரந்தர ஆசிரியராகிவிட்டார். அவரும் உற்சாகத் துடன், கதையைப் பாராட்டிப் பிரசுரித்துவிட்டார். என் பெயர், என் கதை அச்சேறிவிட்டது. வாழ்க்கையில் வேறு என்ன வேண்டும்! ஏதோ சுவர்க்கத்தையே பிடித்துக்கொண்டதுபோலத் தான் சந்தோஷம். ஓய்வு நேரங்களில் எல்லாம் சிறிது சிறிதாக எழுத ஆரம்பித்தேன். இந்தக் காலத்திலேதான் ந. பிச்சமூர்த்தி, கு.ப.ரா., கி.ரா., புதுமைப்பித்தன், செல்லப்பா, ‘சிட்டி’, க.நா. சுப்ர மண்யம் முதலியவர்கள் பழக்கம் ஆனார்கள். இவர்களிடம் மிகவும் நெருங்கிப் பழகவும் சந்தர்ப்பம் ஏற்பட்டது.

நான் முழு எழுத்தாளன் ஆகிவிட்டேன். ஆயினும் மனத்திற் குள்ளே ஒரு சிறு ஆசை இருந்துகொண்டே இருந்தது. அந்தக் காலத்திலே, ‘கலைமகள்’ அழகான காகிதத்தில் கனத்த அட்டை யுடன் வந்துகொண்டிருந்தது. விலை ஆறணா. ‘மணிக்கொடி’யும் ‘ஆனந்தவிகட’னும் இரண்டணாதான். மூன்று பங்கு விலை மதிப்புடைய பத்திரிகையின் பேரில் முப்பது பங்கு மதிப்பு எனக்கு இருந்தது. ஏனென்றால், அதற்கு எழுதுபவர்கள் வேறு ரகத்தைச் சேர்ந்தவர்கள். எம். ஏ. பட்டம் பெற்றவர்கள், டாக்டர் பட்டம் பெற்றவர்கள், பெரிய பட்டதாரிகள், பெரிய கல்லூரி களின் பேராசிரியர்கள், நீதிமன்றத்து நீதிபதிகள், மந்திரிகள்

இப்படி மிகவும் படித்தவர்களும் நல்ல உத்தியோகத்திலும் செல்வாக்கிலும் உள்ளவர்களும் எழுதிக்கொண்டிருந்தார்கள். மகாமகோபாத்தியாய ஐயரவர்கள் தவறாமல் எழுதிவந்தார்கள். இந்தச் சூழ்நிலையிலும் என் எழுத்து வெளிவர வேண்டும் என்று எனக்கு ஆசை உண்டாயிற்று.

நான் திருவட்டீசுவரன்பேட்டையில் ஜாகை வைத்துக் கொண்டிருந்தேன். பக்கத்துத் தெருவில் ஸ்ரீ கி.வா. ஜகன்னாதன் வசித்துக்கொண்டிருந்தார். அப்பொழுது அவர் வித்வான் பரீட்சைக்குத் தயார்செய்துகொண்டிருந்தார். இருந்தாலும் ‘கலைமக’ளுடன் ஒரு தொடர்பு இருந்து வந்தது. கி.வா.ஜ. வுடன் எனக்குப் பரிச்சயம் ஏற்பட்டது. ‘கலைமக’ளுக்கு ஒரு கதை கொடுக்கும்படி கேட்டார். ஒன்று எழுதிக் கொடுத்தேன். பிரசுரமாகிவிட்டது. என்னுடைய மகிழ்ச்சியையும் பெருமையையும் சொல்லிவிட முடியாது. சிறிது காலத்திலே கி. வா. ஜ. ‘கலைமகள்’ ஆசிரியப் பதவியையே ஒப்புக்கொண்டுவிட்டார். அடிக்கடி என்னை உற்சாகப்படுத்திக் கதை வாங்கிக்கொண்டு போவார். கதை வாங்குவதில் கி.வா.ஜ.வுக்கு இணை வேறு ஒருவரும் கிடையாது. கல்லிலே நார் உரிப்பவர் என்று சொல்வார்களே அதுபோல எப்படியாவது கதையை வாங்கியே தீருவார். ‘மணிக்கொடி’யும் வேறு கைமாறி நின்றுவிட்டது. ஆகவே என் கதைகள், முழு வளர்ச்சியுடன் வந்த கதைகள், பெரும்பாலும் ‘கலைமகள்’ பத்திரிகையில்தான் வந்தன. ‘கலைமக’ளின் தொடர்பு எனக்குத் திருப்தியையும் பெருமையையும் கொடுத்தது. ஸ்ரீ கி.வா.ஜ. நல்ல கதைகளையும் கட்டுரைகளையும் தேடிப்பிடித்து வாங்கிப் பத்திரிகையின் தரத்தை உயர்த்திவந்தார். அடிக்கடி என்னை எழுதத் தூண்டியவர் கி.வா.ஜ. அவர்களே.

மனித வாழ்க்கையில் மேடு பள்ளங்கள் உண்டல்லவா. அதேபோல் என் வாழ்க்கையிலும் சில பள்ளங்கள் ஏற்பட்டன. அப்பொழுது வடநாட்டு நண்பர்கள் என்னை அங்கு வரச் சொல்லித் தூண்டினார்கள். ஆனால் சென்னையையும் இலக்கிய நண்பர்களையும் விட்டுப்போவது மனத்திற்கு மிகவும் பிடிக்காத காரியமாயிருந்தது.

கால் நூற்றாண்டுகளுக்கு முன்பு அன்று இருந்த நிலைக்கும் இன்று இருக்கும் நிலைக்கும் எவ்வளவோ மாறுதல்கள் ஏற்பட்டிருக்கின்றன. அரசியல், சமூகம், இலக்கியம், பொருளாதாரம், இத்துறைகளிலெல்லாம் புரட்சிகரமான மாறுதல்கள் ஏற்பட்டிருக்கின்றன. எழுத்தையும் எழுத்தாளர்களையும் வைத்து அன்றைய நிலையையும் இன்றைய நிலையையும் ஒப்பிட்டுப் பார்த்தால் ருசிகரமாகத்தானிருக்கும். அன்று காந்தியின் சத்தி

யாக்ரஹப் பொன்யுகம். மக்களின் இதயத்திலே சத்தியத்தின் நித்தியத்துவம் ஒலித்துக்கொண்டிருந்த சமயம். இலக்கியத்திற்குச் சத்தியத்தைவிடப் பலமான அஸ்திவாரம் வேறு என்ன வேண்டும்! காந்தி செய்தது வெறும் சுதந்திரப் போர் மாத்திரம் அல்ல. அது அறப்போரும்கூட. ஆகவே வாழ்விலே தார்மீகம் தெரிந்தோ தெரியாமலோ புகுந்துகொண்டிருந்தது. அன்று எழுத்துலகிற்கு வந்தவர்கள், பெரும்பான்மையினர், தேசிய இயக்கத்தில் ஈடுபட்டு வாழ்க்கையின் சுகங்களை உதறி எறிந்து விட்டு வறுமையையும் கஷ்டத்தையும் திருப்தியுடன் ஏற்றுக் கொண்டவர்கள். தேசியத் தொண்டர்களாகியிருந்தவர்கள். இலக்கியத் தொண்டர்களாக மாறியவர்கள். இலக்கியத்தையும் ஒரு தேசியப் பணியாக்கிக்கொண்டு அதில் ஒருவிதப் பிரயோ ஜனத்தையோ பெருமையையோ எதிர்பார்க்காதவர்கள். பலனை எதிர்பார்க்காமல் செய்யும் எதுதான் தூய்மை பெறாது! ஆனால் இன்றைய நிலை முற்றிலும் மாறுபட்டது. விளம்பரக் காலம். இக்காலத்தில் எழுத்தாளர்கள் நன்றாக எழுத வேண்டும் என்பதைக்காட்டிலும் தங்கள் எழுத்துக்குப் பாராட்டு இல்லையே என்று அவசரப்படும் காலமாயிருக்கிறது. இலக்கியத்தைத் திரைப்படத்தைப் போலச் சீர்தூக்கிப் பார்க்க முடியாது. திரைப்படம் கலையம்சத்தில் மட்டமானதாயிருக்கலாம். ஆனால் நன்றாக வசூல் ஆகிவிட்டால் ‘நல்ல படம்’ என்றுதான் பெயர். இந்த அளவுகோல் இலக்கியத்திற்கு நில்லாது. இலக்கியமா இல்லையா என்பதற்கு அதற்கே உரிய அளவுகோல் இருக்கத்தான் இருக்கிறது. ஆனால் அதைவைத்து ஒருவரும் அளக்க முன்வருவது மில்லை. முயற்சிப்பதுமில்லை. பாராட்டுகள் எல்லாம் விமர்சனம் ஆகிவிடாது. பாராட்டுகளினாலே, உதவாக்கரையான ஒன்றை நிரந்தர இலக்கியமாகச் செய்துவிட முடியாது. அன்றைய எழுத்தாளர்களிடம் நல்ல பண்பு இருந்தது. பொருளை வெகுவாகப் போற்றி மதித்துவிடவில்லை. பாராட்டுதலுக்காக இன்றுபோல் அவர்கள் ஏங்கித் தவிக்கவில்லை.

நான் சென்னைக்கு வந்திருக்காவிட்டால், எனக்கு இலக்கிய வாழ்வு கிடைத்திருக்காது. புத்தகங்கள் படிப்பதற்கும் இலக்கிய நண்பர்களுடன் பேசிப் பழகுவதற்கும் எனக்குச் சந்தர்ப்பத்தைக் கொடுத்தது சென்னைதான். நாற்பது பேர் இருக்கும் ஒரு வீட்டில் எட்டுக் குடித்தனம் இருந்தாலும் ஸலூனிலிருந்து ஹோட்டல்வரையில் ‘க்யூ’வில் நின்று தவஞ்செய்ய வேண்டி யிருந்தாலும் செத்த கன்றைப் பஞ்சு வைத்துத் தைத்துப் பசுவை ஏமாற்றிக் கொடுக்கும் பாலைக் குடிக்க வேண்டியிருந்தாலும் எனக்கு என்னமோ சென்னை மிகவும் பிடித்துவிட்டது. என் இலக்கியக் கனவுகளுக்குள்ளே சென்னையும் புகுந்துகொண்டு விட்டது. ‘சென்னை – உன்னை என்றும் நாடச்செய்தாய்

என்னை' என்று சிட்டி ஒரு புரளிப்பாட்டுப் பாடியிருக்கிறார். ஆனால் நானோ சென்னையை அன்புடனும் ஆர்வத்துடனும் பெருமையுடனும்தான் நாடி வந்திருக்கிறேன். 'வெறும் மனித'னாக நான் இருந்துவிட்டுப் போகாமல், எனக்கு இலக்கியம் என்ற புதையலைத் தந்திருப்பது சென்னைதான்.

சரஸ்வதி, ஜனவரி 1959

~ ~

சென்னைக்கு வந்தேன்

ஜெயகாந்தன்

~

'இதோ பின்னால் வருகிறது சென்னை' என்று அறிவுறுத்தும் 'பைலட்' மாதிரி செங்கோட்டை பாஸஞ்சர் வண்டியின் எதிரே ஓடி மறைந்தது எலக்டிரிக் டிரெயின்.

பாஸஞ்சர் வண்டியில் உட்கார்ந்திருந்த பதினோரு வயதுச் சிறுவன் ஆச்சரியத்தால் விழிகள் விரிய, தலையை வெளியே நீட்டி, அந்த 'என்சின் இல்லாத வண்டி'யை வெறித்துப் பார்த்தான்.

'தம்பி, தலையை வெளியே நீட்டாதே' என்ற குரல் வந்த திக்கை நோக்கித் திரும்பினான் சிறுவன்.

அங்கே ஒரு மிலிட்டரிக்காரன் முறுக்கிய மீசையுடன் உட்கார்ந்திருந்தான்.

'சார் இந்த வண்டி இஞ்சின் இல்லாம எப்படி ஓடுது?'

'இஞ்சின் இருக்கு' என்று அழுத்தலாகச் சொன்னான் சிப்பாய்.

'இந்த ஆளுக்கு ஒண்ணுமே தெரியலே...' என்று முகத்தைத் திருப்பிக்கொண்டான் சிறுவன்.

மற்றொரு வண்டி குறுக்கிட்டபொழுதுதான் அந்த வண்டியின் முன் பெட்டியில் ஒருவன் நின்று வண்டி யோட்டுவதைக் கண்டான் சிறுவன்.

'ஆமாம் ஸார்... இஞ்சின் இருக்கு' என்று மகிழ்ச்சி யோடு திரும்பினான். காக்கிச் சட்டையும் முறுக்கு

மீசையுமாய்க் குந்தியிருந்த மனிதனுக்குப் பதிலாக, வெள்ளைச் சட்டையும் அரை மீசையுமாய் வேறொரு மனிதன் நின்றிருந்தான்.

'இன்ஜின் இருக்கட்டும். டிக்கட் இருக்கா?'

பையனுக்கு தேகாந்தமும் நடுங்கியது.

பையனைக் கேட்டுவிட்டு அந்த மனிதர் மற்றவர்களின் டிக்கட்டுகளை வாங்கிக் கையெழுத்திட்டுக்கொண்டிருந்தார்.

'கொஞ்சம் மெதுவாக வண்டி போனால் குதித்துவிடலாம். அடிப்பானோ . . .? ஜெயில்லே போடுவானோ . . .? எப்படி வேணுமானாலும் செய்யட்டும்' என்று விறைத்துக்கொண்டு நின்றான் பயல்.

'ஏய். . .டிக்கட் . . .'

'இல்லை . . .'

'எங்கேருந்து வர்ரே?'

சிறுவன் ஒரு வினாடி யோசித்துப் புளுகினான், 'தாம்பரத்திலேருந்து.'

மிலிட்டரிக்காரன் காட்டிக்கொடுத்துவிடக் கூடாதே என்று அவனைப் பார்த்தான்.

'ஏய் . . . நிசத்தைச் சொல்லு . . . சார் இவன் எங்கேருந்து வர்ரான்?' என்று மிலிட்டரிக்காரனைக் கேட்டான்.

'தாம்பரத்திலேதான் ஏறினான்' என்று புளுகினான் மிலிட்டரிக்காரன்.

'ஒன்னெ மாதிரிப் பசங்களெயெல்லாம் செங்கல்பட்டு ஜெயிலுக்கு அனுப்பணும். உம் . . . எங்கே போறே . . .?'

'பட்டணத்துக்கு.'

'பட்டணத்திலே என்னா வெச்சிருக்கு . . .?

'பட்டணத்திலே எங்க அத்தை ஆஸ்பத்திரியிலே இருக்கா . . . ஒடம்புக்குச் சீக்கு. பார்க்கப் போறேன்.'

மற்றொரு புளுகு.

'ரயில் என்னா ஒங்க தாத்தாவூட்டுதா?'

'ஒன் தாத்தா வூட்டுதுமில்லே' என்று சொல்லத் தோன்றியது.

பதில் சொல்லாமல் நின்றிருந்தான் சிறுவன்.

'ஒங்கப்பாவுக்கு என்னா வேலை?'

‘அவரு மிலிட்டிரிக்கிப் போயிருக்காரு.’

நல்ல கற்பனை!

மிலிட்டரிக்காரன் சிறுவனைப் பரிவோடு பார்த்தான்.

‘சார் . . . தாம்பரத்திலேருந்து சார்ஜ் போட்டுக்குங்க, நான் தாரேன்.’

சிறுவன் முகத்தில் சிரிப்பு அரும்பியது.

‘பதினாலணா.’

மிலிட்டிரிக்காரன் கொடுத்தான். ரசீதை வாங்கிச் சிறுவனிடம் கொடுத்து, தன் அருகே உட்கார இடம் கொடுத்தான்.

சிறுவன் பாடு தர்மசங்கடமாகிவிட்டது.

ஒரு பொய்யை நிலைநிறுத்த ஓராயிரம் பொய்யைப் புனைந்துரைக்க வேண்டியிருந்தது.

வண்டி எழும்பூரில் வந்து நின்றதும், பட்டணத்துக்கு வந்துவிட்டோம் என்ற மகிழ்ச்சியில் சிறுவனின் மனம் குதியாட்டம்போட்டது.

வெளியில் வந்ததும் பட்டணம் பூலோக சொர்க்கம்போல் இருந்தது . . . தன்னிச்சைப்படி சுற்றித் திரிய மிலிட்டிரிக்காரன் விடமாட்டேன் என்கிறான். உதவியோடு உபத்திரவமும் சேர்ந்தது போலிருந்தது.

மிலிட்டிரிக்காரன் ஹோட்டலுக்கு அழைத்துச் சென்று இட்டிலி காபி வாங்கிக்கொடுத்தான்.

அதுவும் சரிதான். இதற்கப்புறம் எப்பொழுது சாப்பாடோ என்று இட்டிலியை உள்ளே தள்ளிவைத்தான். மிலிட்டிரிக்காரன் சிறுவனின் கையில் இரண்டணா காசைக் கொடுத்து, ஜெனரல் ஆஸ்பத்திரிக்குப் போக வழியும் காண்பித்துச் சென்றான்.

ஜெனரல் ஆஸ்பத்திரி, சென்ட்ரல் ஸ்டேஷன், கடற்கரை, சினிமாக் கொட்டகைகள், லைட் ஹவுஸ் எல்லாவற்றையும் சுற்றிப் பார்த்துவிட்டு, மூர்மார்க்கெட் வழியாக மிருகக்காட்சி சாலைக்கு வரும்போது கையிலுள்ள இரண்டணாவும் காலி. அந்தக் காசுக்குத்தான் ‘தெருவில் ஓடும் ரயில்’ வண்டியில் ஏறிச் சுற்றியாகிவிட்டதே!

காசில்லாமல் உள்ளே போகவாவது . . .? சிறுவன் மிருகக்காட்சி சாலையைச் சுற்றி வந்தான். ஒரு பக்கத்தில் கம்பிவலை வேலியில் ஒரு பொந்து இருந்தது. சுற்றும் முற்றும் திருதிரு

வென்று விழித்துப் பார்த்தான் ... ஒரே பாய்ச்சல். பயல் உள்ளே வந்துவிட்டான்!

மனசு திக்திக்கென்று அடித்துக்கொள்ளும் வேகத்தில் இதயமே நின்றுவிடும்போல் இருந்தது.

அப்பொழுதுதான் அது எதிரில் வந்து நின்றது.

உடம்பெல்லாம் வரி வரியாய், வெள்ளையும் கறுப்புமாய் – கழுதை மாதிரி; இல்லாவிட்டால் குதிரை மாதிரி.

பள்ளிக்கூடத்தில், இங்கிலீஷ் வாத்தியார் ராதாகிருஷ்ணய்யர் Z - E - B - R - A = ஜீப்ரா – வரிக்குதிரை என்று சொல்லிக் கொடுத்த வார்த்தையைக் கேட்டிருக்கிறான். பள்ளிக்கூடப் பாடப்புத்தகத்தில் உள்ள படத்திலும் அதைப் பார்த்திருக் கிறான். இப்பொழுது எதிர்பாராதவிதமாய் எதிரிலேயே அதைப் பார்க்க நேர்ந்ததும் சிறுவனுக்குச் சந்தோஷத்திற்குப் பதிலாகத் துக்கமும் அழுகையுமே பீறிட்டுக்கொண்டு வந்தன. 'அவர்தான் எவ்வளவு நல்ல வாத்தியார்' என்று ஆரம்பித்த மனசில் அம்மாவின் நினைவும் பசியும் சேர்ந்து மறுபடியும் அவனை ஊரை நோக்கி இழுத்தன. பட்டணம் பார்க்க வேண்டு மென்ற ஆசை தீர்ந்துவிட்டது. ஊருக்குப் போக வேண்டாமா? பார்க் ஸ்டேஷனில் மின்சார ரயில் ஏறி, எழும்பூரில் புகை வண்டியேறி ...

இளம் வயதில் மூர்க்கத்தனமும் பிடிவாத குணமுடைய நான் எனது பதினொன்றாவது வயதில், மனசில் வெடித்தெழுந்த அடக்க முடியாத ஆவலின் விளைவாய்ப் பட்டணப் பிரவேசம் செய்த கதை இது.

'சென்னைக்கு வந்தேன்' என்று எழுத்தாளர்கள் பலர் எழுதிவந்ததைப் படிக்கும்போதெல்லாம் நான் சென்னைக்கு வந்த 'வைபவம்' எனக்கு நினைவுக்குவரும். பதினோரு வயதில் – நினைக்கும்போது எனக்கு ஆச்சரியமாகத்தான் இருக்கிறது! இதில் என்ன வெட்கம், அவமானம் இருக்கிறது? செய்ததைச் செய்தேன் என்று சொல்வதில் கௌரவக் குறைச்சலா, என்ன ...?

ஏனென்றால், சென்னைக்கு வருமுன், 'பத்திரிகை'யாளின் மேல் பித்துற்று, மால்கொண்டு மடலூர்ந்தவனல்ல நான். பேனாவைத் தூக்கித் தோள்மீது வைத்துக்கொண்டு சென்னை வந்தபின்னர், பேனாவை நட்டு என்னை நானே கழுவேற்றிக் கொண்டவனுமல்ல நான்.

நான் சென்னைக்கு வந்துதான் எழுத்தாளன் ஆனேன் என்பதாக என்னால் எண்ண முடியவில்லை. ஆமாம், நான் எழுத்தாளனாகப் பிறந்தவன்!

சுமை கூலியாக, முன்பின் அறிமுகமில்லாத ஊர்களில் திரிந்த நாட்களிலும்கூட, மதுரை நகரில் சில நாட்கள் ஜட்கா வண்டிக்காரனின் 'கூட்டாளி'யாய் வாழ்ந்த நாட்களில்கூட ...

எப்பொழுதும் எனக்குக் கனவு காணும் பழக்கமும் கதை கட்டிச் சொல்லும் திறனும் உண்டு.

நான் சென்னைக்கு வந்தது இலக்கிய உத்தாரணத்திற்காக அல்ல.

ஒருமுறை சென்னையைக் கண்டு, அதன் அழகில் மயங்கி, மயக்கம் தெளியாமலே ஊர் திரும்பிய நான், சென்னையில் வாழ்ந்து தீர வேண்டும் என்ற ஆசையை என்னுள் வளர்த்து வரலானேன்.

அதன்பின் எத்தனையோமுறை யார் யார் துணையுடனோ என்னைச் சென்னைக்குப் பத்திரமாய், ஜாக்கிரதையாய்த் துணைகூட்டி வழியனுப்பிவைத்திருக்கிறார்கள் என் தாய்.

'நகரங்கள் எனக்குப் பிடிப்பதில்லை. கிராம வாசம்தான் சிலாக்கியம்' என்று பேசுவதில் ஒரு பண்பும் கௌரவமும் இருப்பதாகச் சிலர் எண்ணுகிறார்களேயல்லாமல் அது உண்மை யல்ல. சுத்த ஹம்பக்!

ஏதோ சில வசதிகளை உத்தேசித்துக் கிராமங்களுக்குப் போகலாமே ஒழிய, சகல வசதிகளும் அங்குக் கிடைத்துவிட்டால் நகரத்துக்குத்தான் வரத் தோன்றும்.

கிராமத்தில் சில காலம் இருந்து வரலாம். சகல வசதிகளு முடையவர்கள் நகர் ஆறு மாதம், கிராமம் ஆறு மாதமாகத் தானே வாழ்கிறார்கள்!

நான் வாழ்ந்தது ஊரில். கிராமத்தில் எல்லா வசதிகளும் கிட்டியதனால் அல்ல.

விளையாட்டுத்தனமாய், என்னோடொத்த பிள்ளைகளுடன் சேர்ந்து, அந்தக் குழுவுக்குத் தலைமைவகித்து நான் திருடப் போவதுண்டு. அந்தச் சாகஸத்தில் அளவிறந்த இன்பம் ஏற்படும் அந்த வயதில்.

மாங்காய், தேங்காய் என்று ஆரம்பித்த திருட்டு, ஆற்றங்கரை யில் புடவை, துணிமணிகள் திருடுவது என்று வளரும்போ தெல்லாம் நான் பிடிபட்டதில்லை. 'திருடன்' என்ற பேரும் எடுத்ததில்லை.

ஜன நெருக்கம் மிகுந்த கடைத்தெருவில் செருப்பு திருடும் படலம் ஆரம்பித்த மூன்றாம் நாளன்று ...

கடைத்தெருவே கூடி, என்னைத் துரத்தியது. கூட்டாளிகள் யாரையும் காணோம்! ஓடிப் பிடிபட்டேன்; உதைபட்டேன். எங்கெங்கோ என்றென்றோ செருப்பைப் பறிகொடுத்தவனெல் லாம் என்மீது பழியைத் தீர்த்துக்கொண்டபின், நான் வாடிக் கையாய்ச் செருப்பை விற்கும் சக்கிலியனைக் காட்டச் சொன்னார்கள். நான் அந்தப் பாவத்தைச் செய்யவில்லை. பிறகு போலீஸ் ஸ்டேஷன்... போலீஸ் இன்ஸ்பெக்டர் என்னைப் பார்த்துப் பரிதபித்தார். அடித்தவர்களைக் கண்டித்தார்...

கண்ணும் முகமும் வீங்கி வலி பொறுக்காமல், அழுவதற்கும் மனம் இடம் கொடுக்காமல் நெஞ்சைப் பிடித்துக்கொண்டு கோயிலுக்குப் போய் 'ஓ' வென்று அழுதேன்...

உடலிற்பட்ட அடியின் வலியல்ல; மனசில் கனத்த மானம்... வெட்கமும் அவமானமும் 'ஏண்டா திருடினே?' என்று கேட்டவர்கள்மீது ஏற்பட்ட காரணமற்ற கோபமும் சேர்ந்து இனி இந்த ஊரில் இருப்பதில்லை என்ற உறுதியை ஏற்படுத்தின. அப்பொழுது எனக்கு வயது பதின்மூன்று.

சென்னையில் 'ஜனசக்தி' அலுவலகத்தில் என் மாமா மகன் ராதாகிருஷ்ணன் என்பவர் இருந்தார்.

'ஊரையும் உலகையும் திருத்தப்போகிறவர்கள் என் ஒரு பிள்ளையைத் திருத்தக் கூடாதா?' என்று ஒரு கடிதம் எழுதி அதை என்னிடம் கொடுத்துச் சென்னைக்கு அனுப்பி னார்கள் என் தாய்.

அதன் பிறகு சென்னை எனக்கு நிலைத்தது. 'ஜனசக்தி'யில் – ஸ்டாம்பு ஒட்டுவது, தபால் ஆபிசுக்குப் போவது, ரயில்வே பார்சல் அனுப்புவது, மற்ற நேரங்களில் புத்தகம் விற்பது. பொதுக்கூட்டங்களில் பாட்டுப் பாடுவது, அரசியல் படிப்பது முதலிய வேலைகளோடு, கல்வி கற்கவும் வசதிகள் இருந்தன.

சென்னையின் அழகையெல்லாம் நுகர்ந்து இன்புற்றிருந் தேன் என்றாலும், மனித வாழ்வின் அவலங்களும் அப்பொழுதே என் கண்களில் படாமலிருந்ததில்லை.

'ஜனசக்தி' அலுவலகத்தில் என்னைச் சுற்றிலும் மிகவும் படித்தவர்கள், தேச பக்தர்கள், தியாகசீலர்கள் எல்லோரும் இருந்தனர். அவர்கள் நடுவில் நின்ற நான் என்னிடமிருந்த இழிந்த குணங்களை எண்ணி வெட்கமும் தன்மதிப்பும் கொண்டு மனிதனானேன். நான் எழுத்தாளன் ஆனதற்கு, எனது மதிப்பிற் குரிய கம்யூனிஸ்ட் நண்பர்களின் நட்பும் உறவும் ஓரளவு காரணங்களாகும்.

பிறகு 1948இல் சென்னையைவிட்டு எங்கெங்கோ சுற்றித் திரிந்து, எல்லோருக்கும் கிடைக்காத அனுபவங்களெல்லாம்

பெற்று, நெஞ்சு நிறைய நெருப்பைக் கட்டிக்கொண்டு மீண்டும் சென்னைக்கு வரும்போது 1950.

பெரம்பூரில் இருந்த என் மாமா ஸ்ரீ நமச்சிவாயம் பிள்ளை யவர்களின் வீடு எனக்குப் புகலிடம் தந்தது. அப்பொழுதுதான் நான் எழுத ஆரம்பித்தேன். எழுதும்போது எழுத்தை நம்பி வாழ்ந்துவிடலாம் என்ற நம்பிக்கை கொள்ளவில்லை நான். எழுத்தாளன் என்று ஒரு இனம் உண்டு என்பது எனக்கே தெரியாது. அப்பொழுது எந்த எழுத்தாளனும் எனக்கு நண்பனாக இருந்ததில்லை. எந்தக் கொம்பனும் என்னை ஊக்குவித்த தில்லை. எந்த சிரேஷ்டரிடமும் நான் கதையைத் தூக்கிக்கொண்டு சென்றதில்லை. எந்தப் பத்திரிகைக்கும் காவடி எடுத்ததில்லை. ஏன்? எந்தப் பயலுக்கும் கதை எழுதி அனுப்பியதுகூட இல்லை. என்னமோ எழுத வேண்டுமென்று எனக்குத் தோன்றியது; எழுதினேன். அதில் எனக்கு ரொம்பத் திருப்தியும் சந்தோஷமும் இருந்தன. அதை நானே அனுபவித்துக்கொண்டிருந்தேன்; அவ்வளவுதான்.

இந்த நிலையில் உறவினர்களிடையேயும் நண்பர்களிடமும் நான் என்னவோ எழுதிக்கொண்டிருக்கிறேன் என்ற விஷயம் பரவவே அவர்கள் அவற்றைப் படித்துக்காட்டச் சொன்னார்கள். அதில் எனக்கு இன்னும் அதிக இன்பம் உண்டாயிற்று.

அப்பொழுது எனது மாமாவின் நண்பர் ஸ்ரீ பா. சொக்க லிங்கம் அவர்களின் பரிச்சயம் ஏற்படவே அவர் உதவி ஆசிரியராயிருக்கும் 'சௌபாக்கியம்' பத்திரிகைக்கு ஒரு கதை கொடுத்தேன். அதுதான் முதன்முதல் பிரசுரமான கதை.

வாழ்வில் அடித்த புயலாலும் தென்றலாலும் திக்குத்திசை தெரியாமல் ஒரு பெரிய பட்டணத்தில் வந்து நின்ற குழந்தை அந்தப் பட்டணத்து மக்கள் அனைவரோடும் உறவாட ஆரம்பித்தது.

ஒரு காலத்தில் எனக்கு ரிக்ஷாக்காரர்கள், விபச்சாரிகள், எச்சில் பீடி பொறுக்கிகள், ரௌடிகள், பிக்பாக்கட்காரர்கள் முதலிய எத்தனையோ பேர் நெருங்கிய நண்பர்களாயிருந்திருக் கின்றனர். அதனால்தானோ என்னவோ எனக்கு அவர்களின் மீது வெறுப்பே உண்டாவதில்லை; அவர்களிடம் ஒரு ஈடுபாடு இருக்கிறது. சில சமயங்களில் இவர்களில் யாரேனும் ஒருவராய் மாறி வாழ்ந்திருந்தால் நன்றாயிருந்திருக்குமே என்றுகூடத் தோன்றியது. உண்மையாகவே அவர்கள் வாழ்வில் ஒருவித லயிப்பு எனது இளமைப்பிராய மனத்திலேயே ஏற்பட்டுவிட்டது. கூடவே வெறுப்பும் பிறந்ததை எப்படி மறைப்பது? நடுத்தர வர்க்க ரெண்டுங்கெட்டான் வாழ்வைவிட அவர்கள் வாழ்வில் ஒரு வெறித்தனமாவது இருக்கிறதே!

எனக்குக் கிராமங்கள் பிடிப்பதில்லை. அதுவும் எனது சொந்தப் பிரதேசமான தென்னாற்காடு ஜில்லாவின் கிராமத்தையும் நகரத்தையும் நான் அடியோடு வெறுக்கிறேன். ஏனெனில், தமிழ்நாட்டிலேயே மிகவும் பின்தங்கிய ஜில்லாவென்று அதை நான் கருதுகிறேன். வீரமுள்ள மனிதனைக்கூட அங்கே அதிகம் காண முடியாது. வாழ்வே அங்குத் தேங்கி நிற்பதுபோல் எனக்குத் தோன்றுகிறது. மனிதர்கள் சோற்றுக்கு உயிர்விடுவார்கள்; நோய்கள் அதிகம்; ஏழைகளை ஏழைகளே வஞ்சித்துக் கொள்வார்கள். மனிதனின் அறிவிலும் வளர்ந்துவரும் தொழிலிலும் நிலத்தின் வளத்திலும் எதிலும் ஒரு வறட்சியே காணப்படும்.

எனினும் கிராமத்தில் ஒரு அழகு இருக்கும்; ஒரு அமைதி இருக்கும். அது எனக்கு எல்லாக் காலங்களிலும் பிடிப்பதில்லை.

ஜனசஞ்சாரம் மிக்க பெரிய நகரங்கள் – அவற்றில் எவ்வளவு ஈனத்தனங்கள் மலிந்திருந்த போதிலும் அதையே நான் விரும்புகிறேன்.

விண்ணை நோக்கிக் கருமேகம்போல் புகைச்சுருள்களை ஊதித்தள்ளும் ஆலைகள் நிறைந்த நகரங்களை நான் அதிகம் விரும்புகிறேன்.

பல்வேறு பேதங்கள் நிறைந்த, பல்வேறு நிறத்தவர் இனத்தவர் மொழியினர் கூடித்திரியும் நகரங்களையே நான் காதலிக்கிறேன்.

மின்சார வெளிச்சமும் யந்திரங்களின் இரைச்சலும் மனிதக் குரல்களின் ஆரவாரங்களும் நிறைந்த வாழ்வுச் சந்தை போன்ற பட்டணங்களில்தான் ஜீவன் நிறைந்த வாழ்க்கையைக் காண முடியும்.

இருட்டில் சந்தில் நின்று பேரம்பேசும் விபச்சாரியின் வாழ்வில், அவள் ஆசைகளில், அவள் பேச்சில், அவள் சிரிப்பில் இந்த நகரத்தின் ஒரு அம்சம் பிரதிபலிப்பதைக் காண்கிறேன்.

சல்லாத் துகிலணிந்து, மார்புக் குவட்டை நிமிர்த்தி, சிரைத்த புருவங்களும் சிவப்பிட்ட உதடுகளும் காட்டி ஒயிலாக நடந்து செல்லும் சினிமா எக்ஸ்ட்ராக்களின் டம்பத்தில் இந்த நகரத்தின் இன்னொரு அம்சத்தைக் காண்கிறேன்.

'என்ன ... ரொம்ப நாளாச்சு. ஆத்துக்கு வந்துட்டுப் போங்களேன்' என்று முன்பின் தெரியாத 'மாமி' ஒருத்தி வந்து கூப்பிடுவாள் ... நான் சிரிப்பேன். 'ஆகட்டும், இன்னொரு நாளைக்கு ...' என்று சொல்லிவிட்டுத் திரும்புவேன்.

'ஸார் வர்ரியா ... நல்ல ஸ்டூடன்ஸ்ங்க சார் ... ஆந்திரா, மலையாளம், பிராமின்ஸ் எல்லாம் இருக்கு சார்' என்பான் ஒருவன்.

'முஸ்லீம் இருக்கா?' என்பேன் நான்.

'இருக்கு சார் . . . சட்டைக்காரிங்ககூடக் கீறாங்க ஸார் . . .' என்பான் அவன்.

'ரஷ்யக்காரி இருக்காளா?' என்பேன்.

'போ ஸார் . . . வெள்ளாட்றே?' என்று அசடு வழியச் சிரித்துவிட்டுப்போவான் அவன்.

இப்படிப்பட்ட விஷயங்கள் மட்டுமா? மிகவுயர்ந்த விஷயங்களும் இங்கே உண்டு. தன்மதிப்புடன் வாழும் ரிக்ஷாக் காரன், ரோஷத்தோடு வாழும் சோற்றுக் கடைக்காரி, பத்திரிகை படித்து அரசியல் பேசும் மூட்டை தூக்குபவன், பிள்ளையைப் படிக்கவைத்துக் காலேஜுக்கு அனுப்பும் ரெயில்வே போர்ட்டர், சாயங்காலத்தில் பீச்சில் முறுக்கு, சுண்டல் விற்று, பள்ளிக்குச் செல்லும் பிராமணச் சிறுவர்கள், இப்படி பற்பலவிதமான 'வாழ்ந்து காட்டும்' மனிதர்களைப் பட்டணத்தில்தான் நிறையக் காண முடியும்.

சிற்சில சமயங்களில் சலிப்பாக இருந்தாலும் பட்டணத்தை யோ இங்கு வாழும் மனிதர்களையோ என்னால் வெறுக்க முடியவில்லை. வெறுக்கவும்மாட்டேன்.

நான் வெறுக்கும் பிறவிகளும் சென்னையில் உண்டு. எழுத்தாளர்கள் என்ற பேரில், தமிழ் என்றும் இலக்கியம் என்றும் பண்பு பண்ணித் திரியும் சில நபர்கள்! வாழ்வைப் பார்க்கத் தெரியாது வாழும் திருதராஷ்டிரர்கள், சமயம் கிடைத்தால் நம் கண்ணில் மண்ணைத் தூவும் நல்லவர்கள். சரி, இவர்களுக்காகச் சென்னையின் மீது அணுகுண்டை வீச நான் சம்மதிக்கமாட்டேன்.

வாழ்க்கை எப்படியெப்படியோ நிர்ப்பந்திக்கும்போது மனிதர்கள் எப்படியெப்படியோ வாழ்கிறார்கள். அவர்கள் வாழ்க்கைக்கு அவர்களா பொறுப்பு?

எனக்குப் பட்டணத்திலிருந்து சில நாட்கள் ஒதுங்கி, புதிய முயற்சிகள் நடைபெற்று வரும் கிராமங்களைப் போய்ப் பார்க்க ஆவல் அதிகரிக்கிறது. இப்பொழுது சிலகாலமாய். கிராமங்களில் யந்திரங்கள் நுழைய ஆரம்பித்திருக்கும் காலம் இது. நம் காலத்தில் நடக்கும் இந்தப் புதுமையை நாம் பார்க்காமல் இருந்துவிடலாமா . . .? எல்லாவற்றுக்கும் வசதி . . .?

எனக்கு ஒரு நம்பிக்கை உண்டு. ஒரு காலத்தில் கிராமம் என்றே ஒன்று இல்லாமல் ஒழிந்துவிடும். பேதங்கள் என்றால் (கிராமத்தான் – நகரத்தான் என்ற பேதம் எவ்வளவு பெரிய

பேதம்) மனம் ஒப்பமாட்டேன் என்கிறது. அந்தக் காலத்தில் நகரங்களில் வித்தியாசம் இருக்கலாம். இந்தப் பெரும் பேதம் இருக்காதல்லவா – நானும் இருக்கமாட்டேன்!

எது எப்படியானாலும், இனிமேல் தற்காலிகமாகத்தான் நான் கிராமங்களுக்குப் போவேன். நிரந்தரமாகக் கிராமத்தில் வாழ்வது, பட்டணத்தில் பல காலம் வாழ்ந்த யாருக்கும் சற்றுச் சிரமமான காரியம்தான். சத்திய சோதனைக்காக வேண்டுமானால் இருந்து பார்க்கலாம்.

கல்யாணம் பண்ணிக்கொண்டு வீடு அமர்த்திக்கொண்டு இங்கேயே அமர்ந்துவிட்ட எனக்கு அது சாத்தியமுமில்லை; சரியுமில்லை.

இனிமேல், அப்படி ஒருவேளை குடிபெயர்வது சாத்திய மென்றாலும் தென்ஜில்லாக்களுக்கோ குக்கிராமங்களுக்கோ போக விரும்பமாட்டேன். சென்னையைவிட இன்னும் பெரிய நகரங்களுக்குப் போகவே முயல்வேன்.

அந்த நகரின் தன்மை, வாழ்வு, பண்புகள் எப்படி யிருப்பினும் அங்கே வாழ்ந்து எங்கும் பரந்துகிடக்கும் வாழ்வெனும் மலரில் ஊறும் ஒவ்வொரு துளி மதுவிலும் அதன் தன்மையைச் சுவைக்கும் வண்டுபோல் திரிவேன்.

சரஸ்வதி, மார்ச் 1959

~ ~

சென்னைக்கு 'ஓடிப்போனேன்'
எம்.வி. வெங்கட்ராம்

~

1938 பிப்ரவரி இதழுக்குப் பிறகு 'மணிக்கொடி'யின் சில இதழ்கள் வெளிவரவில்லை. அங்கு நிகழ்ந்த உட்பூசல்கள், கலகங்கள் பற்றி எனக்கு ஒன்றும் தெரியாது. வீட்டில் எனக்குத் திருமணம் செய்ய முயற்சிகள் நடந்துகொண்டிருந்தன. அதைவிட எனக்கு அதிகமான கவலை 'மணிக்கொடி'யைக் காணோமே என்றுதான். ஒவ்வொரு நாளும் அஞ்சலில் அதை எதிர்பார்த்து ஏமாற்றம் அடைந்துவந்தேன். 'மணிக்கொடி'யில் என் சிறுகதைகள் சில (பலவாகவும் இருக்கலாம், நினைவில்லை) இருந்தன. அவற்றில் எதை ஆசிரியர் நிராகரித்து, எதை வெளியிடப் போகிறார் என்பதே எனக்குத் தெரியவில்லை. இந்தக் கவலையால் என் இரவுத் தூக்கம்கூடக் கெட்டுவிட்டது.

திடீரென்று ஒரு நாள் தபாலில் 'மணிக்கொடி' வந்தது. புரட்டிப் பார்த்தால், பல புதிய எழுத்தாளர் பட்டியலுக்கு இடையில் என் கதை 'சோனிக் குழந்தை' இருந்தது. இது நான் ஆரம்பத்தில் எழுதி, பி.எஸ். ராமையா நிராகரித்த கதை அது. வெளிவந்ததே எனக்குச் சங்கடமாக இருந்தது; அது மட்டும் அல்ல, ந. பிச்சமூர்த்தி, புதுமைப் பித்தன், கு.ப.ரா. முதலிய பெயர்களுக்கு இடையில் காணப்பட்ட என் பெயரை, எனக்கு முற்றிலும் புதிய பெயர்களுக்கு இடையில் பார்க்க எனக்கு வருத்தமாகவும் இருந்தது. நிர்வாக மாற்றம் பற்றிய ஓர் அறிவிப்பு அவ்விதழில் இருந்ததாய் ஞாபகம். நிர்வாக ஆசிரியர் ப. ராமசாமி என்று அச்சிடப்பட்டிருந்தது. அதுவரை நான் ராமையாவை நேரில் பார்த்ததில்லை; ஆனால்

வெகுகாலம் பழகியது போன்ற ஒரு தோழமை உணர்ச்சி இருந்தது. இந்தப் ப.ரா. (வ.ரா. அல்ல) அந்நியராக எனக்குத் தோன்றினார். 'மணிக்கொடி' என் பத்திரிகை என்று அதுவரை எனக்கு இருந்த நம்பிக்கை ஆட்டம் கண்டது. ஆனால், அடுத்த மாதமே, ராமையா கிடப்பில் போட்டிருந்த என் மற்றொரு கதை 'முத்தமாரி' என்ற பெயரில் வெளிவந்தது. 'முத்தமாரி' என்பது நான் வைத்த பெயர் இல்லை; என் பெயரும் 'வேங்கடவன்' என்ற புனைபெயரில் மறைந்திருந்தது.

ராமையாவினால் ஒதுக்கப்பட்ட கதைகளுக்கு இவ்வாறு புதிய மதிப்பு உண்டாகிக்கொண்டிருந்த அதே நேரத்தில், என் வாழ்க்கையின் மதிப்பு குறைந்துவந்தது. எனக்குத் திருமணம் ஆகியிருந்தது; அந்தக் குதூகலம் சரியாகத் தணியுமுன்பே பல இடையூறுகளில் நான் சிக்கிக்கொண்டேன் – வாழ்க்கையே வெறுத்துப்போகிற அளவு. சென்னைக்கு 'ஓடிப்போவது' என்று முடிவு செய்தேன். அதற்காகத் திட்டமிட்டு, சரத் சந்திரரின் இரண்டு நாவல்களையும், கே.எம். முன்ஷியின் நாவல் ஒன்றையும் இராப் பகலாக மொழிபெயர்த்தேன். அந்த மூன்று நாவல்களையும் நவயுகப் பிரசுராலயத்திலோ, அல்லயன்ஸ் கம்பெனியிலோ கொடுத்து (இப்போதுபோல் சென்னையெங்கும் புத்தக வெளியீட்டாளர்கள் அக்காலத்தில் இல்லை. மூன்று நாலு பதிப்பகங்களே இருந்தன. எனக்குத் தெரிந்தவரை – அதுவும் பெயரளவில் – இந்த இரு பதிப்பகங்களே.) பணம் வாங்கிக்கொண்டு சென்னையில் ஏதாவது பத்திரிகையிலோ, அலுவலகத்திலோ வேலை தேடிக்கொள்வது என்பது என் யோசனை. நான் அப்போது கும்பகோணம் அரசினர் கல்லூரியில் பி.ஏ. பொருளாதாரப் பிரிவில் முதல் ஆண்டு முதல் பாதிச் சம்பளம் கட்டியிருந்தேன்; பாடப் புத்தகங்கள்கூட வாங்கவில்லை. மொழிபெயர்ப்பு வேலை முடிந்தது. செலவுக்குப் பணம் வேண்டுமே? வெள்ளி வாட்ச் செயின் ஒன்று என்னிடம் இருந்தது. அதை அடகுவைத்துப் பத்து ரூபாய் வாங்கினேன். ஒரே ஒரு நண்பனுக்கு மாத்திரம் என் சென்னைப் புறப்பாடு பற்றித் தெரியும். ஓர் இரவு, வயதான வளர்ப்புப் பெற்றோருக்கும் தெரியாமல் சென்னைக்கு 'ஓடிப்போனேன்'. ரொக்கமாகப் பத்து ரூபாய் கையிருப்பு. குடந்தையிலிருந்து சென்னைக்கு ரயில் டிக்கட் இரண்டே ரூபாய் என்று ஞாபகம். மிச்சம் எட்டு முழு ரூபாய்களை வைத்துக்கொண்டு சென்னையில் ஒரு வாரம் ஓட்டலாம்: நாளுக்கு முக்கால் அல்லது ஒரு ரூபாய் போதும். அதற்குள் மூன்று மொழிபெயர்ப்பு நாவல்களையும் நவயுகப் பிரசுரா லயத்தில் – (ப.ரா. நமக்கு வேண்டியவராயிற்றே; ராமையா குப்பைக் கூடையில் போட்ட என் கதைகளை எல்லாம்

தூசு தட்டி வெளியிடுகிறாரே!) கொடுத்தால் எக்கச்சக்கமாகப் பணம் வருமே; அதைக் கையில் வைத்துக்கொண்டு சென்னை யில் வேலை தேடிக்கொள்வது கஷ்டமா என்ன! என் சென்னை ஓட்டத்தின் இலட்சியம் இதுதான்.

திருவல்லிக்கேணியில் சைடோஜி தெருவில் எஸ்.ஆர். சாரங்க பாணி என்ற நண்பரின் அறையில் தங்கினேன். அவர் கும்பகோணம் கல்லூரியில் எனக்கு இரண்டு வருடம் சீனியர்; ஆனால் 'மணிக்கொடி'யில் வரும் சிறுகதைகளின் பரமரசிகர்; 'மணிக்கொடி' வெளிவந்ததும் ஒரு பிரதியை வாங்கிக்கொண்டு கல்லூரிக்கு வருவார்; என் முன்னிலையில் அதை வாய்விட்டு உரத்துப்படித்து, அணுஅணுவாகச் சுவைத்து மகிழ்ந்து என்னைப் போற்றுவார். அதனால்தான் அவரைப் பிடித்தேன். நான் வீட்டில் செல்லப்பிள்ளை, எதையும் சுயமாகச் செய்ய லாயக்கில் லாதவன் என்பது அவருக்குத் தெரியும். நான் ஓடிவந்தவன், என் பெற்றோர் தவித்துக்கொண்டிருப்பார்கள் என்றும் அவருக்குத் தெரியும். என் வேதனைக் கதையைக் கேட்டு என்னை மிகவும் பிரியமாக மட்டுமல்ல, ஜாக்கிரதையாகவும் கவனித்துக்கொண்டார். ஹிந்தி பிரசார சபையில் ஆசிரியராகப் பணிபுரிந்த அவர் அப்போது பிரமசாரி.

சென்னையில் தங்க இடம் கிடைத்துவிட்டது. மறுநாள் காலையில் நவயுகப் பிரசுராலயம் – 'மணிக்கொடி' காரியா லயத்துக்குச் சென்றேன். அலுவலகம் ஆர்மீனியன் தெருவில் இருந்தது. இதற்குமுன் 'மணிக்கொடி' ஆபீஸ் மூக்கர் நல்லமுத்து தெருவில் இருந்ததாக ஞாபகம். 'மணிக்கொடி'யில் சில கதைகள் வந்தபிறகு (1936இல் என்று எண்ணுகிறேன்) என் தாயாரின் குடைநிழலில் நான் பட்டணம் பார்க்கப்போயிருந்தேன். திருவல்லிக்கேணியிலோ எங்கேயோ தங்கி – எக்சிபிஷன், ரேக்ளா ரேஸ், சைக்கிள், மோட்டார் சைக்கிள் ரேஸ், செத்த காலேஜ், சாகாத காலேஜ், மீன் பண்ணை, லைட் ஹவுஸ் எல்லாம் அம்மாவோடு கண்டு களித்தேன். தாயாருக்குத் தெரியாமல் நான் மூ.ந. முத்து தெருவை மட்டுமல்ல, 'மணிக் கொடி' அலுவலகத்தையும் கண்டுபிடித்துவிட்டேன். வாசலில் 'மணிக்கொடி' என்றொரு சின்ன போர்டு தொங்கியதாக நினைவு. உள்ளே போகத் தைரியமில்லை. ராமையாவும் கி.ரா.வும் ஒருவேளை புதுமைப்பித்தனும் உள்ளே இருப்பார்களே, என்னைக் கண்டதும் என்ன கேட்பார்களோ என்கிற அச்சம்; உடம்பே கூச்சத்தால் குறுகிக்கொண்டிருந்தது. தெருவில் இருபது முப்பது தடவை 'மணிக்கொடி' ஆபீஸைக் கடந்து இந்தப் பக்கமும் அந்தப் பக்கமுமாய் நடந்தபடி இருந்தேன். உள்ளே

நுழையத் துணிவு வரவே இல்லை. பேசாமல் தாயாரிடமே திரும்பிவிட்டேன்.

இப்போது நிலைமை மாறிவிட்டது. கையில் ஐந்தாறு ரூபாயே இருந்தது. நண்பரின் அறையில் காலவரையறையின்றித் தங்க முடியாது. தேவை என் சங்கோசத்தை விரட்டிவிட்டது. ஆகையால் நவயுகப் பிரசுராலய ஆபீசில் தயக்கமின்றி நுழைந்தேன். கையில் மூன்று மொழிபெயர்ப்பு நாவல்கள் இருந்த தைரியம் வேறு.

நாவல்களின் கைப்பிரதிகளைப் பதிப்பகத்தாரிடம் கொடுக்கும்போது மூலதனம் போடுவது போன்று பெருமிதப் படுவது தமிழ் எழுத்தாளர்களின் பிறவி ஆணவ பலம் போலும்.

ப.ரா. என்னை மிகவும் அன்போடு வரவேற்றார். நான் கொடுத்த மூன்று கைப்பிரதிகளையும் எடுத்து வைத்துக் கொண்டார். பம்பாய் மாகாணத்தில் அப்போது உள்துறை அமைச்சராக இருந்த கே.எம். முன்ஷி தம் நாவலை மொழி பெயர்க்க அனுமதி கொடுத்த கடிதத்தையும் வாங்கிக்கொண்டு, மூன்று நாவலுக்கும் இருநூறு ரூபாய் தருவதாய்க் கூறினார். அது சரியோ தப்போ எனக்குத் தெரியாது; சென்னையில் இரண்டு நூறை வைத்துக்கொண்டு 3, 4 மாதம் ஒரு தனிநபர் ஆனந்தமாக வாழ முடியும். இந்தக் கற்பனையோடு ஓர் ஒப்பந்தத்தில் கையெழுத்திட்டேன். இருபத்தைந்து ரூபாய் முன்பணமாய்க் கொடுத்து, ஒரு வாரம் பத்துநாள் கழித்து வந்தால் பாக்கிப் பணத்தைத் தருவதாய்க் கூறி எனக்கு விடை யளித்தார்.

அச்சமயம் ச.து.சு. யோகியார் அங்கு வந்தார். நல்ல கவிஞரும் தத்துவ மேதையுமான அவர் சினிமாவில் புகுந்து தன்னைச் சேதப்படுத்திக்கொண்டிருந்த காலம் அது. நான் யார் என்று அறிமுகப்பட்டதும், "அட; சின்னப்பையனாக இருக்கிறாயே; உன்னிடம் நல்ல தமிழ் இருக்கிறது. பி.ஏ. படித்து என்ன செய்யப்போகிறாய்? உத்தியோகத்துக்குப் போய் ஆயுள் பூராவும் சம்பாதிப்பதைவிட அதிகமாய் ஒரே வருடத்தில் சம்பாதிக்க வழி செய்கிறேன், என்னோடு துணை டைரக்டராக வந்துவிடு", என்று வற்புறுத்தினார். நான் சென்னைக்கு வேலை தேடி வந்தவன். வலுவில் வந்த இந்த வாய்ப்பைப் பற்றி இருக்க வேண்டும்; ஆனால் தயங்கினேன். அவர் விடவில்லை; 'ராஜபார்ட் போல் ஆள் ஜோராக இருக்கிறாய். சினிமாவில் உனக்கு நல்ல கிராக்கி இருக்கும். என்னோடு இரு. ரொம்ப சீக்கிரம் உன்னை டைரக்டராக்குகிறேன்' என்று

மேலும் ஆசை காட்டினார். யோசித்துப் பதில் சொல்வதாய் முனகினேன். மறுபடியும் சந்திப்பதாய் அவராகச் சொன்னார்.

பிறகு மூன்று நாலு தடவை யோகியாரை அங்கு சந்தித்தேன். அவர் எவ்வளவு வற்புறுத்தியும் நான் அசைந்து கொடுக்கவில்லை. அவர் கொடுத்த அந்த வாய்ப்பைப் பயன்படுத்திக்கொண்டு இருக்கலாமே என்று இப்போது நினைக்கத் தோன்றுகிறது. ஓர் ஆயுள் காலத்தில் சம்பாதிப்பதை ஒரே ஆண்டில் சம்பாதிக்க அவர் வழி வகுத்துக் கொடுத்திருப்பார் என்பது நிச்சயம். அப்படி ஓர் ஆயுட்காலத்தில் சம்பாதிப்பதை ஒரே ஆண்டில் விரயம் செய்யவும் அவர் வழியாக நான் கற்றிருக்கலாம். வியாபாரத்தில் ஏராளமாய்ச் சம்பாதித்து, ஏராளமாய் இழந்து நானும் அவரைப் போலத்தானே நடந்து கொண்டேன்? அவரோடு சேர்ந்திருந்தால் எனக்கு சினிமாவும் அதன் விளைவுகளும் அனுபவமாயிருக்கும். அத்தோடு அவருடைய மேதையினாலும் நான் பயனடைந்திருக்க முடியும்; சரி, விட்டாயிற்று. வாழ்க்கையில் அவ்வப்போது சிலபல ஆண்டு களுக்கிடையில் அவரைக் கண்டு அளவளாவியிருக்கிறேன். இரண்டொருமுறை அவர் குடந்தையில் எங்கள் வீட்டுக்கு வந்திருக்கிறார். நான் சென்னையில் இருந்தபோது அவர் வீட்டுக்குப் போய் சக்தி உபாசனை பற்றியும் ஆன்மீகம் பற்றியும் பேசியிருக்கிறேன். அவர் நோயால் நலிந்து, படுத்த படுக்கையாக இருந்தபோது நான் அவரைக் காணப்போனேன். 'என்னைத் தெரியுதா, சார்?' என்று கேட்டேன். அவரை நான் சந்தித்துச் சில ஆண்டுகளாயிருந்தன; மறந்திருப்பாரோ என்று எண்ணினேன். 'உன்னைத் தெரியாமல் என்ன? நவயுகம் ஆபீசில் பார்த்த பையன்தானே? நீதான் நான் சொன்னதைக் கேட்கலையே?' என்றார் அவர். அதாவது, மற்ற சந்திப்புகளைவிட எங்கள் முதல் சந்திப்புதான் அவருக்கு நினைவிருந்தது. சில மாதங்களில் அவர் கதை நிறைவு பெற்றது.

ப. ராமசாமி கொடுத்த இருபத்தைந்து ரூபாய் நாளும் தேய்ந்து வந்தது. ஐந்தாறு முறை அவரைப் பார்த்தேன். பணம் பெயருவதாகத் தெரியவில்லை. நவயுகம் வெளியீடுகளைப் பாதி விலைக்குக் கொடுத்தார். அத்தனையும் ரத்தினங்கள்; ஆனால் அவற்றைக் காட்டினால் ஹோட்டலில் சோறு போடுவானா? என் கையில் மூன்று ரூபாய் இருந்தபோது எனக்கு இடம் தந்த நண்பர் சொந்தக் காரியமாக நாலு நாள் வெளியூர் போக நேர்ந்தது. 'உன்னிடம் பணம் இருக்கா? வேணுமா?' என்று கேட்டார். 'இருக்கு, கவலைப்பட வேண்டாம்' என்று அவருக்குத் தைரியம் சொல்லி அனுப்பிவிட்டேன்.

இரண்டு நாள் போயிற்று; கையில் ஒண்ணரை ரூபாய் இருந்தது. சாப்பாடு பில் வாங்கிக்கொண்டு ஒரு ரூபாய் நாணயத்தைக் கொடுத்தேன்; கவுண்டர்பீட், செல்லாது என்று திருப்பிக் கொடுத்தார். எட்டணாவில் ஐந்தணா (முப்பது பைசாவுக்கு அளவில்லாத சாப்பாடு) கொடுத்துச் சாப்பிட்டேன்.

பிறகு எனக்குத் திகிலாகிவிட்டது. கையில் செல்லாத ரூபாய் ஒன்றும் மூன்றணாக்களும் இருந்தன. அறை நண்பரும் இல்லை. மாலையில் மரீனாவில் உட்கார்ந்திருந்தேன். வெறும் தேநீர் சாப்பிட்டேன். டிபன் தேவை; பசித்தது. கடற்கரை ஓரமாகவே நடந்து நவயுகப் பிரசுராலயத்தை அடைந்தேன். அன்றுவரை அத்தனை தூரம் நடந்ததில்லை; கடல் மணலில் நடந்ததால் களைப்போடு பசியாலும் துவண்டுவிட்டேன். ப.ரா.வைப் பார்த்தபோது எனக்குக் கொஞ்சம் – மயக்கத்தோடு – தெம்பு வந்தது.

உட்காரும்போதே, 'எனக்குப் பணம் வேணுமே?' என்றேன். ப.ரா. நிதானமாக, 'உங்களை ரொம்ப அலைய வைத்துவிட்டேன். இன்னும் இரண்டு நாள் பொறுத்துக்கொள்ளுங்கள். பூரா பணத்துக்கும் ஏற்பாடு செய்துவிடுகிறேன்' என்றார் கெஞ்சும் குரலில்.

'ஒரு மாசமாய் இப்படியே சொல்லிக்கொண்டு இருக்கிறீர் கள். இன்றைக்கு எனக்குப் பணம் வேணும். எனக்குப் பசிக்குது, சாப்பிடணும்' என்று கோபமாகக் கூறினேன்.

எனக்குக் கோபித்துக்கொள்ளத் தெரியும் என்பதை ப.ரா. தெரிந்துகொண்டார். ஆச்சரியத்தோடு, 'சாப்பிடவில்லையா' என்றவர் மேஜையின் இரண்டு டிராயர்களையும் மாறிமாறி இழுத்தார். சில சில்லறைக் காசுகள் கண்டுபிடிக்கப்பட்டன; காபி வந்தது; பருகினேன்; கொஞ்சமாக உயிர் வந்தது. ப.ரா. எங்கெங்கோ போகும்படி ஒரு பையனை விரட்டினார். அரை மணி நேரமாயிற்று, ஒரு பத்து ரூபாய் நோட்டு வந்துசேர. பத்து ரூபாயை வாங்கிக்கொண்டதும், 'இரண்டு நாள் கழித்து வருகிறேன்; பாக்கி பூராவும் கொடுத்துவிட வேண்டும்' என்று நலிந்த குரலில் கூறிவிட்டு ஆரிய பவன் ஹோட்டலுக்கு விரைந்தேன் . . .

பி.எஸ். ராமையா தம் 'மணிக்கொடி கால'த்தில் ப.ரா.வைத் துரோகியாக வருணிக்கிறார்; பத்து ரூபாய் கொடுத்த ப.ரா. அன்று எனக்கு ஒரு தேவனாகவே தோன்றினார். நாலைந்து ஆண்டுகளுக்குப் பிறகு, நவயுகப் பிரசுராலய நிர்வாகம் மாறிய பிறகு எனக்குப் பாக்கிப் பணம் வந்தது.

சென்னைக்கு வந்தேன் ~ 97

மறுநாளே எனக்கு இடம் தந்த நண்பர் திரும்பிவிட்டார். சாயங்காலம் அவரும் நானும் கோயம்புத்தூர் கிருஷ்ணய்யா ஹோட்டலில் புகழ்பெற்ற ஹல்வா சாப்பிட்டுக்கொண்டிருந்த போது என் இடது கையை யாரோ கெட்டியாகப் பற்றிக் கொண்டார்கள். திடுக்கிட்டுத் திரும்பினேன்; எங்கள் குடும்ப நண்பர் ஒருவரின் புதல்வர்தான் என்னைப் பிடித்துக்கொண் டிருந்தார்; இந்த நண்பருக்கு என் வயது இருக்கும்; நாகப்பட்டினத் திற்கு அருகிலுள்ள மஞ்சக்கொல்லை என்ற சிற்றூர்க்காரர். திருநாவுக்கரசு என்று பெயர். சென்னை லயோலா காலேஜில் என்னைப் போல பி.ஏ. முதலாண்டு படித்துக்கொண்டிருந்தார்.

'என்ன காரியம் செய்தீர்கள்? உங்களைக் காணாமல் உங்கள் அம்மாவும் அப்பாவும் அழுதபடி இருக்கிறார்கள். பல ஊர்களுக்கும் உங்களைத் தேடி ஆள் போயிருக்கிறார்கள்' என்று என்னிடமும் என் நண்பரிடத்திலும் விவரித்தவர், நான் ஓடிவிடுவேன் என்று அஞ்சியே என் கையைக் கெட்டியாகப் பற்றிக்கொண்டிருந்தார்.

அவர் கூறியது முழு மெய்; என் வளர்ப்புப் பெற்றோர் என்னைக் கண்ணுக்குக் கண்ணாய் வளர்த்தவர்கள். குளிப்பாட்ட ஒருவன், சட்டை வேட்டி கட்டிவிட ஒருத்தன்; தலை வாரிவிட ஒருத்தி, சோறூட்ட ஒருத்தி; வெயில் என்மேல் பட்டுவிடக் கூடாது என்று மாட்டு வண்டி – இப்படி எல்லாம் என்னைக் காத்தவர்கள். திருவல்லிக்கேணியிலிருந்து ஆர்மீனியன் தெரு வரை நான் பசியோடு பாதயாத்திரை செய்த கதையைக் கேட்டால் செத்தே போயிருப்பார்கள்.

திருநாவுக்கரசு என்கிற அந்த அருமை நண்பர் என்னைத் தம்மோடு அழைத்துப்போய் லயோலா ஹாஸ்டலில் வைத்திருந்து, மறுநாள் அவரே ஸ்டேஷனுக்கு வந்து கும்பகோணத்திற்கு ரயில் ஏற்றினார். வழியில் இறங்கி மறுபடியும் மதராஸுக்கு வந்துவிடாதீர்கள் என்று என்னை வேண்டிக்கொண்டு அனுப்பிவைத்தார்.

இவ்வாறாக நான் மீண்டும் குடும்பச் சூழலில் தள்ளப் பட்டேன். சென்னையில் எழுத்தாளனாகப் புகுந்து முதன் முதலில் பசியின் சுகத்தை நுகர்ந்தேன். பிறகு நயவஞ்சகம், மோசடி, அவமானம், ஏமாற்றம் முதலிய கீழ்மையின் பல வண்ணஜாலங்களையும் சுவைத்தபடி என் வயது ஏறிக்கொண் டிருந்தது. 20ஆம் நூற்றாண்டின் முப்பதுகளில் ந. பிச்சமூர்த்தி, கு.ப.ரா., சதுசு. யோகியார் போன்றவர்கள் என்னைச் 'சின்னப் பையனாக'ப் பார்த்தார்கள் அல்லவா? நாற்பதுகளின் தொடக் கத்தில் – அதாவது 1943இல் – நான் பூனாவிலிருந்து 'ஒரு பத்திரிகை

தொடங்க வேண்டும்' என்கிற உறுதியோடு கும்பகோணத்திற்குத் திரும்பி, கு.ப.ரா.வைச் சந்தித்தபோது அவருக்கும் பிச்சமூர்த்தி போன்றவர்களுக்கும் ஈடு கொடுத்து நிற்கக்கூடிய முதிர்ச்சி – அனுபவத்தால் – எனக்குக் கிட்டிவிட்டது.

என் இலக்கிய நண்பர்கள்,
சென்னை, 1993

~ ~

வைதீகர் பட்டணப் பிரவேசம்
கொத்தமங்கலம் சுப்பு

~

வேம்பண்ணா வந்த வண்டி கொஞ்சம் 'வேகம்' போல் இருக்கிறது. சரியாக 6.35க்கு வரவேண்டிய ரயில் 7.10க்கு வந்துவிட்டது!

நான் ரயிலடிக்குப் போயிருந்தேன். வேம்பண்ணா மடிசஞ்சியைத் தலையில் வைத்துக்கொண்டு இறங்கினார். முன்னே பின்னே பட்டணம் கண்டறியாத வேம்பண்ணா பட்டணத்துக்கு வருகிறார் என்றவுடனேயே, எனக்கு ஒரு பக்கத்தில் என்னவோ பயம்; மறுபுறம் ஒரு ஆவல். 'வேம்பண்ணா வந்திறங்கியவுடனே, கண்டிப்பாக எவனாவது ஒரு கூலிப் போர்ட்டர் அவரது மூட்டையைப் பறிப்பான். ஊரிலே பண்ணையாளைத் திட்டுவது போல போர்ட்டரை நமது அண்ணா திட்டுவார். அவன் சீறுவான். நான் சமாதானம் பண்ணிவைப்பேன். வேம்பண்ணாவுக்கு அப்போதுதான் தெரியும் நமது பட்டணவாசப் பெருமை' என்றெல்லாம் நான் மனக்கோட்டை கட்டிக்கொண்டிருந்தேன்.

~

நான் நினைத்தபடியே 'கூலி! கூலி' என்று கத்திக்கொண்டே வேம்பண்ணாவின் சமீபம் வந்துவிட்டான் ஒரு போர்ட்டர். எனக்கு மிகுந்த பரபரப்பு. 'இதோ வேம்பண்ணாவின் மடிசஞ்சி அபக்!' என்று நான் உள்ளுக்குள்ளே மகிழ்ந்து கொண்டிருந்தேன். ஆனால் போர்ட்டர் ஏமாற்றிவிட்டான். வேம்பண்ணாவின் முகத்தைப்

பார்த்ததும், 'சீ! இவ்வளவுதானா!' என்னும் பாவனையில் போர்ட்டர் வேறுபுறம் திரும்பிவிட்டான்.

'என்னப்பா! அய்யாவைப் பார்த்துட்டுச் சும்மாப்போறே?' என்று நான் கேட்டேன்

'நாட்டுப்புறம் போலேருக்குது, சாமி. மத்தவர் லக்கேசையும் தான் தூக்கிகிட்டுப் போறேன்னு சொல்லாமே இருக்குறாரே, அது போதுமுங்க' என்று முனகிக்கொண்டே போர்ட்டர் நழுவினான்!

~

வேம்பண்ணா இதுவரையில் என்னைப் பார்க்கவில்லை. இப்போதுதான் தலையை நிமிர்த்தினார்.

நான் நமஸ்காரம் கூறி, 'என்னண்ணா, போவோமா?' என்றேன்.

'ஏண்டா! நீயுமா கிராப்பு வச்சுண்டுட்டே!' என்று ஆச்சர் யத்துடன் கேட்டார்.

ஐயோ! 'நீயுமா?' என்ற சொல்லில் என்ன பச்சாதாபம்! என்னிடம்தான் என்ன அபார நம்பிக்கை! 'இவர் ஊருக்குத் திரும்புவதற்குள், யார் செய்தாலும் நான் செய்யக்கூடாத இன்னும் எத்தனை குற்றங்களை என்னிடம் கண்டுபிடிக்கப் போகிறாரோ!' என்று நான் பயந்தேன்.

மறபடியும் அவர் கேட்டார்: 'உங்கள் பரம்பரையே மகாவை தீகமாச்சே! நீ முடியை எடுத்துக்கிண்டு மொட்டையாய் நிக்கறையே! சிகைதான் புருஷ லட்சணம். நம்ம தர்மமென்ன, நாமென்ன! நமக்கெல்லாம் இது ஏதுக்குடா?'

'தொழில் இருக்கோல்லியோ, அண்ணா. சினிமாவிலே வேஷங்கட்ட குடுமியே இருக்கப்படாதுன்னு சொல்லிப் புட்டான். அதுதான் இப்படிச் செய்யவேண்டியதாச்சு' என்று முதல் பொய்யை அவிழ்த்தேன்.

'உதர நிமித்தம் பகு க்ருதவேஷம்' என்று சம்ஸ்கிருதத்தில் ஏதோ சொல்லிவிட்டு நடந்தார்.

~

இருவரும் படிக்கட்டு வழியாகப் பாலத்தில் ஏறி இறங்கி வெளியே வந்தோம். அவருக்கு மேல்மூச்சும் கீழ்மூச்சும் வாங்கிற்று.

தலையிலே மடிசஞ்சியும் கையிலே மூட்டையுமாய், மடியிலே விபூதி சம்புடத்துக்குள்ளிருந்த பணம் 'கலுக் கலுக்'கென்று சத்தமிட, தபால் ரன்னரைப் போல, வேகு வேகென்று நடந்தார்.

வே: ஏண்டாம்பி, ரயில்காரன் ஸ்டேசனுக்கு ஸ்டேசன் இப்படிப் பாலத்தையும் பிலத்துவாரத்தையும் கட்டிவச்சி இருக்கிறதனாலேதானே வண்டிக்குள்ளே போர்ட் மாட்டாமல் இருக்கான்?

நான்: என்ன போர்டு?

வே: வியாதிக்காரா உள்ளே வரக்கூடாது என்ற போர்டைத் தாண்டா. வியாதிக்காரா இதைத்தாண்ட நினைச்சாள்னா வாழ்வையே தாண்டிடுவாளோல்லியோ!

வெளியே வந்தோம். ரிக்ஷாக்காரர்கள் கண்டு வழிமறித்தார்கள்.

வே: இதென்னடா இது?

நான்: ரிக்ஷாவண்டி.

வே: என்னடா ஆச்சரியமாயிருக்கு! மாட்டையும் காணும்; குதிரையையும் காணும். போல் மரமோ குட்டையாயிருக்கு. ஏண்டா, நெருப்புக்கோழியைக் கட்டி விரட்டறதோ?

நான்: இல்லை, அண்ணா. மனுஷனே இழுக்கிறது.

வே: கைவண்டியா! அப்படிச் சொல்லு. ஒரு மூட்டையை ஏத்தினா அப்படியே உக்காந்துபோகுமே. அச்சு ரொம்ப லேசு. ஆனா நம்பகிட்ட ஒண்ணும் பாரம் இல்லை.

நான்: இது பாரவண்டி இல்லை, அண்ணா. மனுஷாள் உட்கார்ந்து போறது.

வே: அட ராமச்சந்திரா! மனுஷனை மனுஷன் இழுக்கிறதா! எல்லாம் பிரத்தியட்சமாப் பார்த்துப் பிடராங்கள்! ஏண்டா, அவனுக்குத்தான் வயத்துக் கொடுமை; ஏறி உட்கார்ரவன் சம்மதிக்கலாமோ?

நான்: இந்த ஊரிலே இது ரொம்ப சகஜம், அண்ணா.

வே: சிவசிவா! பட்டணத்துக்கு வரதுன்னா, பஞ்ச தந்திரக் கதைக் குரங்காட்டமா இருதயத்தை ஊரிலே எடுத்து வெச்சிட்டு வந்திட வேண்டியதுதான் போலேருக்கு. பார்த்தாலே பாவம்! வா.

பஸ் ஸ்டாண்டுக்குப் போய்ச்சேர்ந்தோம். பஸ்ஸில் ஏறுவதற்காக நான் நின்றேன்.

வே: ஏண்டா நிக்கறே? வாயேன், போவோம்.

நான்: இருங்கோ; மோட்டார் வரட்டும்.

வே: கிரகம் எவ்வளவு தூரம் இருக்கும்?

நான்: இருக்கும் கிட்டத்தட்ட ஒரு மைல்.

வே: உன்னைச் சொல்லிக் குத்தமில்லை; சகவாசதோஷம். காலை வேளையிலே காலார நடப்பானா; மோட்டாரு வரணுமாம், மோட்டாரு!

இவ்வாறு சொல்லிக்கொண்டே விட்டார் சவாரி, மவுண்ட் ரோட்டுப் பாதையில்.

'அண்ணா, அண்ணா!' என்று கூப்பிட்டேன்.

'அட வாடா, சோம்பேறி' என்று சொல்லி, திரும்பிப் பாராமல் நடந்தார் வேம்பண்ணா.

~

ஆதனூர் நீலிப்பிசாசு மாதிரி பின்னும் கூப்பிட்டுக்கொண்டே தொடர்ந்தேன்.

'இந்த வழிதானேடா' என்று கேட்டாரேயொழிய, தலையை மாத்திரம் திருப்பவேயில்லை.

'உரலிலே தலையிட்டபின் உலக்கைக்குப் பயந்து பயனென்ன?' என்ற பழமொழியை நினைத்து, 'ஆமாம், ஆமாம்,' என்று குரல் கொடுத்துக்கொண்டு பின்னாலேயே நடந்தேன்.

'மடிசஞ்சியைத் தூக்கி வருகிறேன், அண்ணா!' என்று மரியாதைக்காகவாவது நான் சொல்லவில்லையே என்று அவருக்கு வருத்தமாயிருக்கலாம். அதெப்படி முடியும்? கொத்த மங்கலம் சுப்பிரமண்யம் மடிசஞ்சியும் தலையுமாய் மவுண்ட் ரோட்டிலே நடைபோட்டால், என் 'விசிறி'களுக்கு என்னமாய் இருக்கும்!

இதற்குப்பின் வீட்டுக்குப் போய்ச்சேர்ந்தோம். குழாய்த் தண்ணி சம்பந்தமாய் அவர் படுத்திய பாடும் அடித்த கோரணிகளும், சந்தியாவந்தன ஜபதபங்களுக்கு அவர் உட்கார்ந்து மூக்கைப் பிடிக்க, அவருக்காக நானும் என் மூக்கைப் பிடிக்க, என் காரியங்களெல்லாம் அவந்தரையானதும் அதெல்லாம் பெரிய கதை. நான் பாட்டுக்கு எழுதிக்கொண்டே போவேன், அனுமார்வால் மாதிரி. உங்களுக்குத்தான் பொறுமையிருக்காது. ஆகையால் மரியாதையாய் விடைபெற்றுக்கொள்ளட்டுமா?

ஆனால், வேம்பண்ணா ஊருக்குப் போகையில் அப்படி விடை பெறவில்லை என்ற ரகஸ்யத்தை மட்டில் உங்கள் காதிலே போட்டுவைக்கிறேன்!

சக்தி, விக்கிரம, ஆடி (1940)

சென்னைக்கு வந்தேன்

சின்ன அண்ணாமலை

~

சிறு வயதிலிருந்தே கல்கி கிருஷ்ணமூர்த்தி அவர்களின் எழுத்தைப் படித்தே வளர்ந்தவன் நான். கல்கி அவர்கள் ராஜாஜி அவர்களைப் பற்றி எழுதியவை அனைத்தும் என் மனதில் பதிந்துவிட்டன. ராஜாஜி அவர்களை நினைக்கும்போதெல்லாம் எனக்கு ஒரு விதமான தெய்வீக உணர்ச்சி உண்டாகும். அவருடைய தூய்மையும் நேர்மையும் அவர் பாதத்தைத் தொட்டு, பலமுறை என்னை வணங்கும்படி செய்திருக்கின்றன. அவரை ஒரு அரசியல் தலைவர் என்று சொல்வதை விட அரசியலில் ஒரு 'ரிஷி' என்று கூறலாம். புராணங்களில் வரும் வசிஷ்டர் போன்ற மகாஞானி அவர்.

1942 ஆகஸ்ட் புரட்சியை ராஜாஜி ஆதரிக்கவில்லை. 'வன்முறை, காந்தீயம் அல்ல' என்று அந்தப் புரட்சியை எதிர்த்தார். ஆயினும் மேற்படி புரட்சி தானாக உருவானது. மக்கள் மனதில் ஆங்கிலேய ஆட்சிமீது இருந்த வெறுப்பால் அந்தப் புரட்சி வெடித்தது. ராஜாஜிமீது பற்றும் பாசமும் கொண்டிருந்தாலும் என் போன்ற இளைஞர்கள் அந்த நேரத்தில் வாளாயிருக்க இயலவில்லை.

'செய் அல்லது செத்து மடி' என்ற காந்தியடிகளின் வாக்கே வேதவாக்காக இருந்தது. 'வெள்ளையனே வெளியேறு' என்பதே தாரக மந்திரமாக இருந்தது. ஆகவே ராஜாஜியையும் மீறி நான் ஆகஸ்ட் புரட்சியில் ஈடு பட்டேன். அரசாங்கம் என்னைக் கைதுசெய்தது. மக்கள்

கோபம்கொண்டு அரசாங்கக் கட்டிடங்களைத் தீக்கிரையாக்கினர். சிறைக் கதவை உடைத்து என்னை விடுதலை செய்தனர். பலர் உயிர்த் தியாகம் செய்தனர். தலைமறைவாக இருந்தேன். தாய் தந்தையரை விடுவிக்கப் போலீசில் நான் சரணடைந்தேன். 144 உத்தரவை மீறியது, மக்களை வன்முறைக்குத் தூண்டியது, போலீசாரைக் கடமையைச் செய்யவிடாமல் தடுத்தது, பஸ்ஸுக்குத் தீவைத்து சப் – கோர்ட்டைக் கொளுத்தியது, திருவாடானை மாஜிஸ்ட்ரேட் கோர்ட், தாசில்தார் ஆபீஸ், கெஜானா, போலீஸ் ஸ்டேஷன் சப்ஜெயில் இவைகளைக் கொளுத்தியது, ஜெயிலிலிருந்து தப்பி ஓடியது, ஆயுதம் தாங்கிய சட்ட விரோதமான கூட்டத்தைக் கூட்டி வன்முறையில் இறங்கியது, துப்பாக்கிப் பிரயோகத்தில் பல பேர் சாவதற்குக் காரணமாக இருந்தது இப்படியாகப் பல குற்றச்சாட்டுகளை அடுக்கி விசாரணை என்ற பேரில் பல நாள் இழுத்தடித்துக் கடைசியாக எனக்கு ஐந்து ஆண்டு கடுங்காவல் தண்டனை கொடுக்கப்பட்டது.

இதை அறிந்த ராஜாஜி உடனே என் சம்பந்தப்பட்ட வழக்குகளைப் பற்றி ஆராய்ந்து எனக்காக அப்பீல் செய்தார்கள். பெரிய வழக்கறிஞர்களை வைத்து வழக்கை நடத்தும்படி ஏற்பாடு செய்தார். வக்கீல்கள் பேசுவதற்குரிய 'பாயிண்ட்களை' ராஜாஜி, தன் கைப்பட எழுதிக் கொடுத்தார். அதில் அவர் சொல்லியிருந்தார்: '144 தடை உத்தரவு மீறியதற்காகக் கைது செய்தார்கள். கைதுசெய்து தேவகோட்டையிலிருந்து 25 மைல் தூரத்திலுள்ள சப் – ஜெயிலில் அடைத்துவிட்டார்கள். அதன் பின்னர் வெளியில் நடைபெற்ற தீவைத்தல், கலவரம் இவைகளுக்கெல்லாம் சிறைக்குள் இருப்பவன் எப்படிப் பொறுப்பாக முடியும்? ஒரு கைதியைச் சிறைச்சாலையில் வைத்துப் பாதுகாக்க முடியாத அரசாங்கம் எதற்கும் லாயக்கில்லாத அரசாங்கம் ஆகும். சிறையைவிட்டுத் தப்பாவிட்டால் தீயில் வெந்து சாவதா? ஆகவே 144ஐ மீறியதற்கு மட்டுமே தண்டனை கொடுக்க வேண்டும். அதற்கு அதிகபட்சம் தண்டனை என்ன உண்டோ, அதற்கு மேல் தண்டனை அனுபவித்தாயிற்று. ஆகவே விடுதலைதான் செய்ய வேண்டும்.'

இதுதான் ராஜாஜி கொடுத்த குறிப்பு. இதன்படிதான் வக்கீல்கள் விவாதம் செய்தார்கள். நான் மதுரைச் சிறையிலிருந்து விடுதலை செய்யப்பட்டேன். விடுதலையாகி வெளியில் வந்ததும் காந்தியடிகள் உண்ணாவிரதம் இருப்பதாகச் செய்தி வந்தது. போலீஸ் வண்டியும் என் வீட்டு வாசலில் வந்து நின்றது. மீண்டும் நான் கைதுசெய்யப்பட்டேன். கையில் விலங்கு பூட்டப்பட்டது. என்னைத் திருப்பத்தூர் (இராமநாதபுரம்

மாவட்டம்) சப் –ஜெயிலுக்குக் கொண்டு சென்றார்கள். அங்கு திரு.சா. கணேசன் அவர்கள் கைதியாகிச் சிறையிலிருந்தார். அவருடன் சேர்ந்துகொண்டேன். திருப்பத்தூர் சப் – ஜெயில் ஒரு நரகம் என்றால் மிகையாகாது. சொல்லொணாக் கொடுமை களை அனுபவித்தோம்.

காந்தியடிகள் உண்ணாவிரதம் நின்றதும் என்னை விடுதலை செய்தார்கள். மீண்டும் வீட்டிற்கு வந்தேன். சிறிதும் நிம்மதி இல்லை. அடிக்கடி போலீஸார் வருவதும் விசாரிப்பதும் இரவில் கதவைத் தட்டி நான் வீட்டில் இருக்கிறேனா என்று சோதிப்பதும் பெரிய தொல்லையாகப்போய்விட்டது. இந்நிலையில் என் தந்தையார் நான் எவ்விதத் தொழிலும் செய்யாமல் அரசியலில் இப்படி மாட்டிக்கொண்டது குறித்துச் சண்டைபிடிக்க ஆரம் பித்தார்கள்.

'காலணா சம்பாதிக்க யோக்யதை இல்லை, என்ன அரசியல் வேண்டிக் கிடக்கு?' என்று பலவாறு பேசிவிட்டார்கள். அதனால் ரோஷப்பட்டு நானும் என் தந்தையாரிடம் கோபமாக, 'இனித் தங்களிடம் காலணாகூட வாங்கமாட்டேன்; எனக்கு வேண்டியதை நானே சம்பாதித்துக்கொள்கிறேன்' என்று கூறி வீட்டைவிட்டுப் புறப்பட்டேன். கையில் காலணா காசில்லை. எங்கே போவது என்று யோசித்தேன்.

ராஜாஜி, கல்கி கிருஷ்ணமூர்த்தி முதலியவர்களைப் பார்க்க வேண்டுமென்ற ஆவல் உள்ளத்தில் இருந்து வந்தது.

என்னைப் பெரிய வழக்கிலிருந்து விடுதலைசெய்துவைத்த ராஜாஜியைப் பார்த்து நன்றி சொல்ல வேண்டும் என்று ஏற்கெனவே நினைத்திருந்தேன். ஆகவே எதைப் பற்றியும் யோசிக்காமல் தேவகோட்டை ரஸ்தாவில் ரயில்வே ஸ்டேஷனை அடைந்து சென்னை செல்லும் ரயிலில் ஏறி உட்கார்ந்தேன். டிக்கெட் இல்லாமல்தான்! ரயில் செட்டி நாடு ஸ்டேஷன் வந்தது. ஸ்டேஷன் ஒரு மளமளப்பாக இருந்தது. என்ன என்று பார்க்க பிளாட்பாரத்தில் இறங்கினேன். குமார ராஜா முத்தையா செட்டியார் அவர்கள் (இப்போதைய ராஜா சர்) இரயிலில் ஏறவந்தார்கள். என்னைப் பார்த்ததும் அன்போடு தன் அருகில் கூப்பிட்டார்கள். என் தோள்மீது கை போட்டுக் கொண்டு 'எல்லாம் கேள்விப்பட்டேன். இந்த மட்டில் நீங்கள் விடுதலை அடைந்தது எனக்கு சந்தோஷம். நான் கும்பகோணத்தில் நடைபெறும் தமிழிசை மாநாட்டிற்குச் செல்கிறேன். நீங்களும் வருகிறீர்களா?' என்று கேட்டார்கள். 'சரி வருகிறேன்' என்று கூறினேன். உடனே எனக்கும் முதல் வகுப்பு டிக்கெட் வாங்கப்பட்டது. 'நல்ல வேளை' என்று பெருமூச்சுவிட்டுக்கொண்டேன்.

கும்பகோணத்தில் பெரிய வரவேற்பு நடைபெற்றது. தமிழிசை மாநாட்டிற்கு டாக்டர் சுப்பராயன் அவர்கள் தலைமை வகித்தார்கள். ராஜா சர் முத்தையா செட்டியார் அவர்கள் மாநாட்டைத் துவக்கிவைத்தார்கள்.

டாக்டர் சுப்பராயன் அவர்கள் பேசும்போது 'காக்கைக்குத் தன் குஞ்சு பொன் குஞ்சுதான்; அதற்காகக் காக்கை குயிலாகி விடாது. அதுபோலத் தமிழ் நமக்குச் சிறந்த மொழியாக இருந்தாலும் இசைக்குத் தெலுங்குபோலச் சிறந்ததாகாது' என்று பேசிவிட்டார்.

நான் பேசும்போது டாக்டர் சுப்பராயன் அவர்களை மிகவும் தாக்கிப் பேசி, மேலே சொன்ன கருத்தை அவர் வாபஸ் வாங்க வேண்டுமென்று அங்கேயே ஒரு போராட்டத்தை ஆரம்பித்தேன். மக்கள் என் பக்கம் திரண்டதைப் பார்த்த டாக்டர் சுப்பராயன் அவர்கள் தமிழை இழித்துரைத்ததற்கு வருத்தம் தெரிவித்த பின்னர் மக்கள் என் பேச்சுக்குப் பெருத்த ஆரவாரம் செய்து பாராட்டு தெரிவித்தனர். ராஜா சர் முத்தையா செட்டியார் அவர்களுக்கு இதையெல்லாம் பார்க்கப் பார்க்க மகிழ்ச்சியாக இருந்தது. அதனால் அவர்கள் நான் சென்னைக்கு வர வேண்டும் என்றும் தன்னுடன் ஒரு மாத காலமாவது தங்க வேண்டுமென்றும் சொன்னார்கள். பழம் நழுவிப் பாலில் விழுந்ததுடன் அதுவும் நழுவி வாயில் விழுந்தால் எப்படி? அப்படித்தான் என் நிலையுமிருந்தது. 'சரி' என்று சொல்லி ராஜா சர் முத்தையா செட்டியார் அவர்களுடன் சென்னை வந்து சேர்ந்தேன்.

நான் சென்னை வந்ததும் அந்த வாரக் 'கல்கி' பத்திரிகையை என்னிடம் சிலர் கொடுத்து என்னைப் பற்றி எழுதியிருப்பதாகச் சொன்னார்கள். ஆவலுடன் பத்திரிகையைப் பிரித்துப் பார்த்தேன். கும்பகோணத்தில் நடைபெற்ற தமிழிசை மாநாட்டைப் பற்றிப் பிரபல நகைச்சுவை எழுத்தாளர் 'நாடோடி' அவர்கள் எழுதியதில் என்னை மிகவும் புகழ்ந்து எழுதி எனக்குக் 'குஷி பேர்வழி' என்று அடைமொழியும் கொடுத்துப் பிரபல கார்ட்டூனிஸ்ட் சாமா அவர்கள் எழுதிய என் போன்ற கேலிச்சித்திரம் ஒன்றையும் பிரசுரித்திருந்தார்.

அதுதான் முதன்முதலில் என்னைப் பற்றி அம்மாதிரிப் பத்திரிகையில் வந்தது.

சென்னையில் 'நாலு பேருக்கு' என்னைத் தெரியும்படி முதலில் செய்தவர் நாடோடிதான். சொன்னால் நம்பமாட்டீர் கள். அதே நாடோடி அவர்கள் நான் தமிழ்ப் பண்ணைப் புத்தகப் பதிப்பகம் வைத்து நடத்துவதைப் பார்த்துவிட்டு,

'எனக்கு ஏதாவது பிழைக்கும் வழி சொல்லித்தரக் கூடாதா?' என்று கேட்டார்.

'பிழைக்கும் வழி' என்று ஒரு நகைச்சுவைப் புத்தகம் எழுதுங்கள், அதுதான் நீங்கள் பிழைக்கும் வழி என்றேன்.

சொன்னால் நம்பமாட்டீர்கள் பிரபல நகைச்சுவை எழுத்தாளர் நாடோடி முதலில் எழுதி வெளிவந்த புத்தகத்தின் பெயர் 'பிழைக்கும் வழி' என்பதாகும். அதை 'நாலுபேர்' புத்தகமாகப் படிக்கும்படி வெளியிட்டவனும் அடியேன்தான்!

சொன்னால் நம்பமாட்டீர்கள், சென்னை, 1987

முதலில் பார்த்த சென்னை

சுந்தர ராமசாமி

~

மிகுந்த பரபரப்புடன் முதலில் சென்னைக்குப் போனேன். அப்பாவிடம் சொல்லாமல் அம்மாவிடம் மட்டும் ஒரு தினுசாகச் சொல்லிவிட்டு. அப்போது வயது 17 இருக்கலாம். வருடம் சரியாக ஞாபகம் இல்லை. இந்தியா சுதந்திரம் பெற்றிருந்தது. காந்தியும் உயிரோடு இருந்தார்.

திருநெல்வேலியிலிருந்து எக்மூருக்கு எவ்வளவு சத்தம் தந்தேன் என்று நினைவில்லை. முழுசாக ஒரு பத்து ரூபாய் நோட்டும் கொஞ்சம் சில்லறைகளும் தந்தேன். தென் இந்திய ரயில்வேயின் பிரபலமான மூன்றாம் வகுப்பு. பெட்டி மாறாமல் ஏறுவதற்குப் புத்திசாலித்தன மான ஒரு யோசனை இருந்தது. எந்தப் பெட்டியில் அதிக நெரிசலோ அதில் ஏறிக்கொண்டுவிட வேண்டும். அப்போது பெட்டிகளில் மின்விசிறி கிடையாது. ஜன்னல்கள் இருந்தன. அவற்றிற்குக் கம்பி இல்லை. ஜன்னலில் இரண்டாக மடிந்து விழுந்து என்னென்ன பார்க்க முடியுமோ அவற்றையெல்லாம் பார்க்கலாம். கழிப்பறை உண்டு. குழாய் உண்டு. சில சமயம் அதில் தண்ணீர் வரும். அனேகக் கழிப்பறைகளுக்குக் கதவுகளும் இருந்தன.

சென்னை நெருங்கியபோது இலேசாகக் காய்ச்சல் வந்திருப்பதுபோல் தோன்றியது. அவ்வளவு பரபரப்பு. தாம்பரத்திலிருந்து எக்மூர்வரையிலும் சகல ஸ்டேஷன் களின் பெயரும் மனப்பாடமாகத் தெரியும். வரிசையாகச்

சொல்லி அம்மாவை அசத்திக்கொண்டே இருப்பேன். ஒரு தமிழ்ப் படத்தில் மாம்பலம் ஸ்டேஷனின் போர்டைப் பார்த் திருந்தேன். கறுப்பு வெள்ளைப் படம். ஒரு பெண் – இரட்டைப் பின்னல் – முதல் பயணியாக ரயிலிலிருந்து வெளியே குதித்து மாம்பலம் பிளாட்பாரத்தில் ஓட்டமும் நடையுமாகப் போனாள். எல்லா ஸ்டேஷன்களின் பெயர்களும் மனதிற்கு மதுரமாக இருந்தன. அவை கனவு உலகத்தைச் சேர்ந்தவை. மண்ணே இல்லாத உலகம் அது.

அப்போது திடீரென்று பக்கத்துத் தண்டவாளத்தில் மற்றொரு ரயில் முன்னேறி வந்தது. அதன் எஞ்சினும் பெட்டி களும் வேறுவிதமாக இருந்தன. அதில் வந்தவர்களும் பார்ப்பதற்கு வேறுவிதமாக இருந்தார்கள். சிரத்தையாக அவர்கள் அலங்காரம் செய்துகொண்ட பின் அதிக நேரம் ஆகியிருக்கவில்லை என்று தோன்றிற்று. எங்கள் ஊரில் நான் அவ்வளவு கனமான பவுடர் பூச்சை அப்போதெல்லாம் பார்த்ததில்லை. பின்னால் வந்த ரயில் என் ரயிலின் வாலுக்கு நேராக வந்து என் ரயிலின் முழு நீளத்திற்கு முன்னேறி விட்டதுபோல் இருந்தது. ஒரு கணம் என் ரயில் பின்னால் நகர்வதை உணர்ந்தேன். அடுத்தாற் போல் சில கணங்கள் இரண்டுமே தூங்கிவிட்டன என்று தோன்றிற்று. அந்த நிமிஷங்களும் அந்த ஸ்தம்பிப்பும் எப்போதும் என் மனதில் இருக்கின்றன. இவை இன்றுகூட என் சந்தோஷ மான நிமிஷங்கள்.

எக்மூர் ஸ்டேஷனில் இறங்கி ரயிலடியிலிருந்து வெளியே வந்ததும் சென்னைக்கு வந்துவிட்டோம் என்ற பரபரப்பு மேலும் அதிகமாயிற்று. நான் முதன்முதலாக ஒரு பெரும் நகரத்தைப் பார்க்கப்போகிறேன். ரயில், ஸ்டேஷனை நெருங்கிக் கொண்டிருந்தபோது ஜன்னலில் மடிந்து விழுந்தவாறு பார்த்த எக்மூர் ஸ்டேஷன் கட்டிடம் எனக்குப் பிடித்திருந்தது. சிவப்பு நிறம். கூரை விசித்திரமாக இருந்தது. வெள்ளையடிக்காமல் விடப்பட்டிருந்தது. முகலாயர் காலத்தைச் சேர்ந்ததாக இருக்கும் என்று நினைத்துக்கொண்டேன்.

ஸ்டேஷன் முகப்பில் டிக்கட் தரும் இடத்திற்கு முன்பாக நின்ற தூண்களைச் சுற்றிக் கட்டப்பட்டிருந்த பீடங்களில் ஆணும் பெண்ணும் குழந்தைகளுமாக அப்பிக் கொண்டிருந் தார்கள். திடீரென்று என் மனதில் ஒரு ஏமாற்றம் கவிழ்ந்தது. தோற்றத்தில் அவர்கள் அவ்வளவு பூஞ்சையாக இருந்தார்கள். 'வறுமை' என்ற தலைப்பில் வரைந்த ஓவியம் உயிர்பெற்றது போல் இருந்தது. எங்கள் ஊர் வறுமைக்கும் சென்னை வறுமைக்கும் இடையில் இருந்த வேற்றுமை பெரிய அதிர்ச்சியைத்

தந்தது. ஸ்டேஷனின் முன்பக்கத்தை முழுக்கவும் சுற்றிப் பார்த்தேன். முன்பக்கத்தைவிடப் பக்கவாட்டுப் பகுதியில் வறுமை இன்னும் கொடுமையாக இருந்தது. ஸ்டேஷனிலேயே பிறந்து வளர்ந்ததுபோல் அவ்வளவு சுதந்திரத்துடன் நிர்வாண மாகக் குழந்தைகள் ஓடியாடி விளையாடிக்கொண்டிருந்தன. அக்குழந்தைகளைப் பெற்றெடுத்த தாய்மார்கள் பலர் முந்தானை யை விரித்து ஒருக்களித்துப் படுத்துக்கொண்டிருந்தார்கள். அவர்களில் அனேகர் கைக்குழந்தைகளுக்குப் பாலூட்டிக்கொண் டிருந்தார்கள். நிம்மதியில்லாமல் அவ்வப்போது தலையை மேலே தூக்கிப் பார்த்துவிட்டு மீண்டும் தலையைத் தங்கள் கைகளில் பதித்துக்கொண்டார்கள். நான் ஒரு தூணின் பீடத்தில் உட்கார்ந்துகொண்டேன். ஓடியாடிக்கொண்டிருந்த குழந்தை களின் முகச்சாயலைக் கவனித்து ஒவ்வொரு குழந்தையையும் பெற்றெடுத்த தாய் யாராக இருக்கும் என்று மனதிற்குள் 'மாச்' செய்துகொண்டிருந்தேன். திடீரென்று ஒரு பெண் என் அருகே வந்து, 'எழுந்து போ' என்றாள். அதிர்ச்சி தாங்க முடியாமல் நான் எழுந்து நின்றேன். பிரபலமான சென்னை ஏகவசனம் எனக்கு அறிமுகமாயிற்று.

பஸ்ஸில் ஏறப் பயந்து நடந்து ஊருக்குள் போனேன். பஸ்ஸில் ஏறுவதில் இருந்த மற்றொரு பிரச்சினை எந்த இடத்திற்குப் போக வேண்டும் என்று கண்டக்டர் கேட்பார் என்பதுதான். ஜெமினி பிக்சர்ஸ் எடுத்த படங்களை அப்போது தவறாமல் பார்ப்பேன். படம் ஆரம்பிப்பதற்கு முன் ஜெமினியின் சின்னமான அந்த இரட்டை அம்மணக் குழந்தைகள் குழலூதிய படி பக்கவாட்டிலிருந்து பார்வையாளர்களைப் பார்த்துத் திரும்பும். எனக்குப் புல்லரிக்கும் நிமிஷங்கள் அவை. ஜெமினி ஸ்டுடியோவுக்குப் போக வேண்டும் என்று கேட்டுக்கொண்டே போனேன். தெரு ஒரே இரைச்சலாக இருந்தது. ரிக்ஷா ஓட்டிகள் பார்க்கப் பரிதாபமாக இருந்தார்கள். காசநோய்க்காரர்கள் போல் இருந்தார்கள். நடைபாதையில் பிறர்மேல் இடிக்காமல் எனக்கு நடக்கத் தெரியவில்லை. ஓட்டல்களிலிருந்து சாக்கடை கள் உருவாகித் தெருவைப் பார்க்க வந்துகொண்டிருந்தன. அகலம் நான் தாண்டிக் குதிக்கும் அளவிற்கு இருந்தது ஆறு தலைத் தந்தது. இரைச்சல் மிகுதியாகக் கேட்டது. சுத்தியலால் இரும்பை அடிக்கும் வகையிலான ஓசைகள் கேட்ட வண்ணம் இருந்தன. புழுதிப்படலம் அலைகள்போல் காற்றில் முன்னேறி வந்துகொண்டிருந்தது. நடந்து செல்பவர்கள் முகத்தை மூடிக் கொண்டார்கள். எங்கள் ஊரில் இல்லாத பழக்கமாக எல்லோரும் தோளில் ஏன் துண்டு போட்டுக்கொள்கிறார்கள் என்பது அப்போதுதான் எனக்குப் புரிந்தது. தெருவில் என்னை

எல்லோருமே ஒரு தினுசாகப் பார்த்தார்கள். வெளியூர் என்று தெரிந்துகொண்டு கூடுதலாகக் கவனித்தார்கள். சிறிது பயமாக இருந்தது. ஏதோ சிக்கலில் மாட்டிக்கொண்டுவிடுவேன் என்ற எண்ணம் இருந்தது. பயத்தினால் எல்லோரையும் 'அண்ணாச்சி' என்று கூப்பிட்டேன். பெண்களைக் கூப்பிடுவதற்கு அதைப் போல் ஒரு பொதுவான வார்த்தை இல்லாதது தமிழின் குறை என்று நினைத்தேன். கண்டபடி அலைந்து மதியம் ஒரு மணிவாக்கில் ஜெமினியின் இரட்டைக் குழந்தைகளைப் பார்க்க முடிந்தது. படத்தில் பார்ப்பதுபோல் சிறு தொந்தியுடன் அம்மணக் கோலத்தில் அழகாக இருந்தார்கள். படத்தில் அவர்கள் உடல்மீதிருந்த வழவழப்பு இல்லாமல்போனதுதான் சிறிது ஏமாற்றமாக இருந்தது.

வெயிலின் கொடுமை தாங்க முடியவில்லை. எனக்குப் பழக்கமில்லாத வித்தியாசமான கொடுமை அது. தீராத தாகம் இருந்தது. எங்கள் ஊரில் இலவசமாகத் தண்ணீர் கிடைக்கும். சென்னையில் கடைகளில் கேட்டபோது, 'சோடா, கலர் இருக்கு' என்ற பதில்தான் வந்தது. என் வயதுக்கு ஒத்த சிநேகிதர்கள் யாராவது கிடைக்கமாட்டார்களா என்ற எண்ணம் இருந்தது. ஒரு தோழமை தேவைப்பட்டது. சேர்ந்து அலையலாம். சேர்ந்து ஓட்டலுக்கோ அல்லது சினிமாவுக்கோ போகலாம். என் வயதுப் பையன்களைப் பார்க்கக் கிடைத்தால் இலேசாகச் சிரிப்பேன். எக்மூரிலிருந்து ஜெமினிவரையிலும் யாரும் பதிலுக்குச் சிரிக்கவில்லை. அதன்பின் நானும் சிரிப்பதை விட்டுவிட்டேன்.

மயிலாப்பூர் என்ற பெயர் ஒரு கனவாக மனதில் இருந்தது. நவீன மோஸ்தரிலிருந்து எனக்கு மயிலாப்பூரைப் பிரிக்க முடியவில்லை. பழைய 'ஆனந்தவிகடன்' தீபாவளி மலர் ஒன்றில் 'மாலி' அற்புதமான ஒரு கலர் கார்ட்டூன் போட்டிருந்தார். நாலைந்து மோஸ்தர் பெண்கள் பஸ் நிலையத்தில் நிற்கிறார்கள். வயதாளியான ஒரு ரிக்ஷாக்காரர், 'மயிலாப்பூரா அம்மா, மயிலாப்பூரா' என்று கேட்கிறார். அந்த ரிக்ஷாக்காரரின் முகமும் அவர் ரிக்ஷாவைச் சற்றுத் தூக்கிப் பிடித்துக்கொண்டு நிற்பதும் அந்தப் பெண்களும் இன்றும் மனதில் இருக்கிறார்கள்.

மயிலாப்பூரைப் பார்க்கப் போனேன். அந்தப் பெண்களைப் பார்க்க முடியாவிட்டாலும் வேறு விசேஷமான காட்சிகள் பார்க்கக் கிடைக்கத்தான் செய்யும். பல்தேய்க்காமல் மயிலாப்பூருக்குப் போவது நல்லதல்ல என்று நினைத்தேன். என்னைப் போல் தங்க ஒரு இடமில்லாதவன் எங்குப் பல்தேய்க்க வேண்டும்? எங்குக் குளிக்க வேண்டும்? எங்கு வெளிக்குப்போக வேண்டும்?

மிகவும் கஷ்டமாக இருந்தது. யாரிடமும் கேட்கவும் முடிய வில்லை. நல்லவேளை ஒன்றுக்குப்போகப் பல இடங்கள் இருந்தன.

சென்னையில் வாழக்கூடிய எவ்வளவோ எழுத்தாளர்களின் பெயர்கள் அன்றே எனக்குத் தெரியும். அவர்களுடைய அற்புதமான எழுத்துக்களையெல்லாம் என் சகோதரி மீனா எனக்குப் படித்துக்காட்டியிருக்கிறாள். கல்கி, எஸ். வி. வி., தேவன், வை. மு. கோதைநாயகியம்மாள் என்று பலர். முண்டகக்கண்ணி அம்மன் கோவில் தெருவிலிருந்துதான் ‘கலைமகள்’ வந்து கொண்டிருந்தது என்பதும் எனக்குத் தெரியும். ஆசிரியர் கி. வா. ஜகந்நாதன். பெரும் புலவர். இவர்களில் யாரேனும் ஒருவரைப் பார்க்கக் கிடைத்தாலும், பல்தேய்க்க வேண்டும் என்று சொல்லலாம். வெளிக்குப்போக வேண்டும் என்றும் சொல்லலாம். ஆனால் அவர்கள் எங்கே மறைந்து உட்கார்ந்து கொண்டிருக்கிறார்கள் என்பது தெரியவில்லை. அவர்கள் வசிக்கிற ஊருக்கு வந்தபின்பும் அவர்களுக்கும் எனக்கும் இடையே வெகுதூரம் இருப்பதுபோல் தோன்றிற்று.

மயிலாப்பூரில் எந்த பஸ் நிலையத்திலும் ‘மாலி’யின் பெண்களில் ஒருவரைக்கூடப் பார்க்க முடியவில்லை. மாறாக பஸ் நிறுத்தங்களில் எல்லாம் ஏழைகளின் வறுமைக் கோலங் களைத்தான் பார்க்க முடிந்தது. தொண்டுக் கிழவியிலிருந்து நடக்கத் தெரிந்த குழந்தைவரையிலும் பிச்சை எடுத்துக்கொண் டிருந்தார்கள்.

அல்லயன்ஸ் புத்தக நிலையத்தின் போர்டைப் பார்த்தது மிகுந்த ஆறுதலாக இருந்தது. அவர்கள் வெளியிட்ட மூன்று புத்தகங்கள் எங்கள் வீட்டில் இருந்தன. உரிமையுடன் உள்ளே போனேன். குடுமிகளுடனும் விபூதிப் பூச்சுகளுடனும் நாலைந்து பேர் இருந்தார்கள். அவர்களிடம் என்னைப் பற்றியும் என் சென்னை விஜயத்தைப் பற்றியும் சொன்னேன். அவர்களில் ஒருவர், ‘சொல்லிண்டுதான் வந்தயா, அம்பி?’ என்று கேட்டார். என்னைக் குப்புறத்தள்ளும் கேள்வியை எடுத்த எடுப்பில் அவரால் எப்படிக் கேட்க முடிந்தது? வெளியே வந்தேன். அப்படியே போனால் ராமகிருஷ்ணா மடத்திற்குப் போகலாம் என்றார்கள். அப்போதுதான் என் அம்மா சொல்லும் மயிலாப் பூர் கோவில் வெகு பக்கத்தில் இருப்பது தெரிந்தது. அந்தக் கோவிலுக்குப் போயிருந்தேன் என்று அம்மாவிடம் சொல்ல ஆசையாக இருந்தது. குளத்தைப் பார்த்தேன். படிக்கட்டுகள் பழுத்துக் கிடந்ததால் உட்கார முடியவில்லை. பல்பொடிகள், கரிப்பொடிகள் ஆகியவற்றின் எச்சங்கள் படிகள்தோறும் பல இடங்களில் கிடந்தன. எங்கள் ஊரில் பல இடங்களுக்குச்

செருப்பு இல்லாமலும் போகலாம். சென்னையில் கால் இல்லாவிட்டால்கூடச் செருப்பு இருக்க வேண்டும். பூமியில் உள்ளங்கால் படக்கூடாது. இது சென்னைவாசிகளுக்குத் தெரிந்திருந்தது.

வெயில் அதிகம் என்பதால் கோவிலில் கூட்டமே இல்லை. என் வாழ்நாளில் அன்றுதான் நம் செருப்பை கழற்றிப்போட மற்றொருவனுக்குக் காசு தர வேண்டிய நிலை உருவாகி இருப்பதைத் தெரிந்துகொண்டேன். முதலாளித்துவச் சமுதாயம் இப்படித் தான் இருக்கும் என்றும் கம்யூனிசச் சமுதாயத்தில் இலவசமாகச் செருப்பைப் போட்டுவிட்டுப் போக முடியும் என்றும் நினைத்தேன்.

கோவில் முன்னால் நிழல் விழும் படிக்கட்டில் உட்கார்ந்து கொண்டிருந்தேன். சுற்றிவர நிறையப் பிச்சைக்காரர்கள். அப்போ தெல்லாம் எதையெடுத்தாலும் எண்ணிப் பார்ப்பது ஒரு பழக்க மாக இருந்தது. இரண்டு மூன்றுக்கு மேல் இருந்தால் எண்ணத் தொடங்கிவிடுவேன். சைக்கிள்கள், மனிதர்கள், தூண்கள், நாற்காலிகள் எல்லாவற்றையும். பிச்சைக்காரர்கள் எண்ணவிடாத படி ரொம்பக் குழப்பிக்கொண்டிருந்தார்கள். குழந்தைகள் அங்குமிங்கும் மாறிமாறி ஓடிக்கொண்டிருந்தன.

எதிரே தெரிந்த தெரு பார்க்க அழகாக இருந்தது. 'ஆனந்தவிகடன்' தீபாவளி மலரில் 'சில்பி' அவருக்கே உரித்தான வரைகளில் அந்தத் தெருவைப் படம் போட்டிருப்பது மங்கலாக நினைவுக்கு வந்தது. அவர் தெருவின் படம் போட்டு அதில் ஒரு நாய் இல்லாமல் இருந்ததே கிடையாது. அவர் போட்டிருந்த நாயை அந்தத் தெருவில் தேடத் தொடங்கினேன்.

ஒரு பெரியவருடன் பேசிக்கொண்டிருந்தேன். அவர் வாய் ஓயாமல் பேசக்கூடியவர். முதலில் அவரைக் கூர்மையாகக் கேட்க ஆரம்பித்து அலுப்புத் தாங்காமல் ஆகி வேறு பக்கம் பார்த்துக்கொண்டிருந்தேன். சென்னையில் இலவசமாக வெளிக்குப்போக வழி உண்டா என்று கேட்டேன். ரயில்வே ஸ்டேஷனில் போகலாமே என்றார். குளிக்க? குளிக்கவும் குளிக்கலாம். 'அங்க ஒரு ஆசாமி இருப்பான். ஒரணா கொடு. பட்ணத்தில எல்லாம் காசுதாண்டா அம்பி' என்றார். என்னிடம் காசு இருந்தது. யாரிடம் எப்படிக் கொடுக்க வேண்டும் என்று எனக்குத் தெரியவில்லை. அந்தப் பெரியவர் என்னைவிட்டுப் பிரிய ஆசைப்பட்டபோது இரண்டணா கேட்டார். தாயாருக்கு சிரார்த்தமாம். அதிலும் மறுநாள் காலை. தள்ளிப்போட முடியாது.

பிச்சைக்காரர்கள் உட்கார்ந்துகொண்டிருந்த இடத்தில் திடீரென்று ஒரு சண்டை மூண்டது. அழுக்குப் பனியன்

சென்னைக்கு வந்தேன் ~ 115

போட்டுக்கொண்டிருந்த ஒரு இளம் பிச்சைக்காரனை வயதாகியிருந்த பிச்சைக்காரர்கள் அடித்துக்கொண்டிருந்தார்கள். நான் ஓடி அங்கே போனேன். சண்டை நடக்கும் இடங்களில் நேரடியாகப் பட்டுக்கொள்வதில்லை என்றாலும் சாட்சியாக எனக்கு எப்போதும் ஒரு முக்கியமான பங்கு இருந்து வந்திருக்கிறது. ஒரு வயதான பிச்சைக்காரர் சொன்னார்: 'இந்தத் தம்பி புதுசா வந்திருக்கான். சரி, ஏதோ பிச்சை எடுத்திட்டுப் போறான்னுவிட்டா இங்கிலீஷில பிச்சைக் கேக்கறான். நமக்குக் காலணா. இவனுக்கு ஒரணா. எப்படீங்க நியாயம்?' என்று கத்தினார். எனக்கு அன்று அவர் என்ன சொல்கிறார் என்று புரியவில்லை.

அன்று மாலை தைரியமாக மயிலாப்பூரிலிருந்து எக்மூருக்குப் பஸ்ஸில் திரும்பினேன். ரயில்வே ஸ்டேஷனில் மூன்றாம் வகுப்பினருக்கான அறையை மேற்பார்வை செய்து கொண்டிருந்த ஊழியர், 'தினத்துக்கும் எட்டணா. குளி, கக்கூஸ் எல்லாம் என் பொறுப்பு' என்றார். 'தூங்கவும் தூங்கலாம். ஆனா ஒரு ரூபா' என்றார்.

மறுநாள் ராயப்பேட்டை போனேன். 'சக்தி' பத்திரிகை ராயப்பேட்டையிலிருந்துதான் வருகிறது என்பது எனக்குத் தெரியும். ராயப்பேட்டையில் இருந்த எண்ணற்ற தோட்டங்கள் பற்றி – திரு.வி.க.வின் வாழ்க்கை வரலாற்றில் படித்த செய்தியா? – நினைவுக்கு வந்தன. பச்சைப்பசேலென்ற தோட்டங்கள். அங்கு இளைஞர்கள் உடற்பயிற்சி செய்துகொண்டிருப்பார்கள். தாங்க முடியாத பளுவைக் கைவிறைக்க மேலே தூக்கும்போது, தமிழ் வாழ்க என்று முழங்குவார்கள். (இது என் கற்பனையே தவிர புறச்சான்று கொண்ட செய்தியல்ல.) கடைத் தெருவில் விசாரித்தபோது தோட்டங்களா, நாங்கள் பார்த்ததில்லையே என்றார்கள். பட்டிகளைச் சற்றே தணித்துத் தங்கள் கட்டை விரலைச் சொருகி லங்கோடுகளைச் சரிசெய்துகொள்ளும் பயில்வான்கள் எங்கேதான் ஒளிந்துகொண்டிருக்கிறார்கள்?

தோட்டத்தைவிட்டுவிட்டு 'சக்தி' காரியாலயத்தைப் பற்றி விசாரிக்கத் தொடங்கினேன். ஒருவருக்கும் தெரியவில்லை. ஜெமினி அதிபர் வீட்டுக்குப் பக்கம்தான் 'சக்தி' காரியாலயம் என்று எங்கேயோ படித்தது நினைவுக்கு வந்தது. ஜெமினி வீடு எல்லோருக்கும் தெரிந்திருந்தது. 'சக்தி' காரியாலயத்தின் வாசலில் நின்றுகொண்டிருந்தவர், என்னை 'உள்ளே வா தம்பி' என்று வரவேற்றார். சென்னையில் என்னை வரவேற்ற ஒரே நபர் அவர்தான். அந்தப் புண்ணியவானின் முகத்தை இன்றும் நினைவில்வைத்துக்கொண்டிருக்கிறேன். 'வ. ரா. இருக்காரா?' என்று கேட்டேன். 'ஐயங்கார் சாமிதானே, இருக்

காருங்க' என்றார் அவர். நான் உள்ளே போகப் பயந்துகொண்டு பக்கவாட்டில் நழுவினேன். 'சக்தி' காரியாலயத்தின் முன்பக்கம் நின்ற தென்னை மரங்கள் மனதைக் கவர்ந்தன. சற்றுத் தள்ளி எதிர்ப்பக்கம் ஒரு புத்தகக்கடை தெரிந்தது. காவலாளியின் பார்வையிலிருந்து மறைவதற்காக அதற்குள் போனேன். நான் விரும்பும் ஒரு புத்தகம்கூட அங்கு இல்லை. கடைசியில் அங்கு இருந்த வ.ரா.வின் 'கோதைத் தீவை' வாங்கிக்கொண்டேன்.

எதாவது ஒரு பூங்காவிற்குப் போய் இளைப்பாற வேண்டும் என்று தோன்றிற்று. அங்கு யாராவது ஒரு நண்பன் கிடைக்கலாம் என்றும் நினைத்தேன். சுத்தமான பெஞ்ச் கிடைத்தால் சற்றுப் படுத்துக்கொள்ளலாம். எது நல்ல பார்க் என்று கேட்டுக் கொண்டே போனேன். சென்னையில் இருந்த பல பூங்காக் களின் இருப்பிடம் தெரிந்தது. எல்லாமே பூங்காக்கள் இருந்த இடமாகத்தான் என் பார்வையில் விழுந்தது. ஒவ்வொரு பூங்கா விலும் எல்லாப் பெஞ்சுகளிலும் யாராவது படுத்துத் தூங்கிக் கொண்டிருந்தார்கள். வேட்டிக்கும் கவனக்குறைவான தூக்கத் திற்கும் ஒத்து வருவதே இல்லை. இளைப்பாற வந்த ஒரு ஆணையோ பெண்ணையோ பார்க்க முடியவில்லை. விளையாட வரும் குழந்தைகளின் ஒரு முகத்தைக்கூடப் பார்க்க முடியவில்லை. ஒரு பூங்காவில் குழந்தைகள் விளையாடுவதற்கான ஊஞ்சல், சறுக்கு எல்லாம் போட்டிருந்தார்கள். அவற்றின் பக்கத்தில் போய்ப் பார்த்தேன். இரும்பால் செய்யப்பட்டவை. துரு ஏறிக்கிடந்தன. ஊஞ்சலில் உட்காரும் இடத்தில் பல தொளைகள். தகரத்தின் கூர்மையான விளிம்புகள் மேலெழுந்து நின்றன. சறுக்கலில் பாதிதான் இருந்தது. கீழே வந்து சேருவதற்குள் தொப்பென்று விழ வேண்டியதுதான். வெளியே வந்தேன்.

மறுநாள் டிராமில் போனேன். பழமையும் புகையும் அழுக்கு மாக இருந்தது. எவ்வளவு அதிகபட்ச தூரம் போக முடியுமோ அவ்வளவு தூரம் போனேன். டிக்கட் கொள்ளை மலிவு. டிராமிலிருந்து இறங்காமல் மீண்டும் மீண்டும் டிக்கட் வாங்கி அங்குமிங்கும் போய்க்கொண்டிருந்தேன். டிராம் கண்டக் டருக்கு என்னைப் பற்றிச் சந்தேகம் வந்தது. ஒரு தினுசாகப் பார்த்தார்.

சென்னையில் குடியிருக்க வந்தால் திருவல்லிக்கேணியைத் தான் தேர்ந்தெடுத்துக்கொள்ள வேண்டும் என்று நினைத்தேன். என்ன காற்று! சிற்றுண்டிகள் ருசியாக இருந்தன. விலையும் மிகக் குறைவு. நடந்து பீச்சுக்குப் போய்விடலாம். ஏழ்மையும் வறுமையும் இருந்தன. அதை மூடிமறைத்துக்கொள்ளும் குணமும் திருவல்லிக்கேணிக்கு இருந்தது.

கன்னிமாரா நூல் நிலையத்துக்குப் போனேன். ஒருவரும் என்னை வரவேற்கவில்லை. வாசகன் மதிக்கத் தகுந்தவன் என்ற எண்ணமே யாருக்கும் இருப்பதாகத் தெரியவில்லை. புத்தகங்கள் பக்கத்துக்குப் பக்கம் குலைந்து கிடக்கப் பணியாற்ற வேண்டிய ஊழியர்கள் சிரித்து விளையாடிப் பேசிக்கொண் டிருந்தார்கள். எங்களூரில் திருப்பதிசாரம், தேரூர், சுசீந்தரம் போன்ற கிராமத்து நூல்நிலையங்கள் எவ்வளவு அற்புதமாக இருக்கும். இருக்கிற புத்தகங்களைப் போற்றிப் போற்றி வைத்துக் கொண்டிருப்பார்கள். புத்தகங்களைப் பற்றிப் பேசிக்கொண்டிருப் பார்கள்.

சென்னையில் மூன்று நாட்கள் நான் கடுமையாகச் சுற்றினேன். ஒரு வாசகனைக்கூடச் சந்திக்கவில்லை. அங்குக் குடியிருந்த என் தூரத்து உறவினர், வை. மு. கோதைநாயகி அம்மாள் வீட்டுக்கு அழைத்துப்போகிறேன் என்று சொன்னார். நான் போகவில்லை. அவரைப் போல் எழுதக் கூடாது என்றும் புதுவிதமாக எழுத வேண்டும் என்றும் சென்னைக்குள் நுழைந்ததும் அதற்கான வழிவகைகள் தெரியும் என்றும் கற்பனைசெய்துகொண்டிருந்தேன்.

திடீரென்று கிளம்பி வந்துவிடலாம் என்று தோன்றிற்று. ஒரு பாஸஞ்சரில் ஏறினேன். ஐந்தாறு மணி நேரத்துக்குப் பின்னால்தான் அது தஞ்சாவூரைப் பார்க்கப் போய்க்கொண் டிருப்பது தெரிந்தது. போனால் போகட்டுமே. அங்கிருந்து எனக்கு ஊருக்குப் போகத் தெரியாதா என்ன — சென்னையையே ஒருகை பார்த்து முடித்திருந்த எனக்கு.

வாழும் கணங்கள், காலச்சுவடு பதிப்பகம், 2005

~ ~

சென்னைப் பிரயாணம்

உ.வே. சாமிநாதையர்

~

மூன்று லாபங்கள்

'மத்தியார்ச்சுன மான்மிய' முயற்சி

ஆதீனக் காறுபாறும், திருவிடைமருதூர் ஸ்ரீ மகாலிங்க சுவாமி ஆலய விசாரணைக் கருத்தருமாகிய சுப்பிர மணியத் தம்பிரானென்பவர் அந்த ஸ்தல சம்பந்தமாகத் தாம் செய்து வரும் கைங்கரியங்களை ஆதீனகர்த்தரிடம் விண்ணப்பித்துக்கொள்ளுகையில் சில காலமாக அவ்வால யத்தில் நின்றுபோயிருந்த வஸந்தோத்ஸவத்தை மீட்டும் நடத்த வேண்டுமென்று சொன்னார். தேசிகர் அப்படியே உத்தரவு கொடுத்தார். அந்த உத்ஸவம் நடப்பதற்குரிய ஏற்பாடுகள் நடைபெறலாயின. தம்பிரான் தேசிகருடைய முன்னிலையில் என்னை நோக்கி, "திருவிடைமருதூர் ஸ்தலப் பெருமையைப் பெரும்பாலோர் நன்றாகத் தெரிந்து கொள்ளவில்லை. பழைய புராணங்கள் இருந்தாலும் அவற்றைப் படித்துப் பொருள் தெரிந்துகொள்பவர் மிகவும் சிலரே. ஆதலின் தாங்கள் அந்த ஸ்தல மகாத்மியத்தைச் சுருக்கமாக வசன நடையில் எழுதினால் அச்சிட்டு யாவருக்கும் கொடுக்கலாம். அச்சிடும் செலவு முதலிய வற்றை நான் ஏற்றுக்கொள்கிறேன்" என்றார். தேசிகரும் அவ்வாறு செய்வது நலமென்று குறிப்பித்தார். நான் எழுதுவதாக ஒப்புக்கொண்டேன்.

திருவிடைமருதூருக்கு ஞானக்கூத்தரென்பவரியற்றிய தமிழ்ப் புராணம் ஒன்றும், கொட்டையூர் ஸ்ரீ சிவக்

கெ........து தேசிகர் இயற்றிய புராணம் ஒன்றும் உண்டு. சிவக் கொ........து தேசிகர் இயற்றிய புராணத்தைப் படித்துக் குறிப் பெடுத்துக்கொண்டு திருவிடைமருதூர் ஸ்தல மகாத்மியத்தை எழுதி முடித்தேன். அதற்கு "ஸ்ரீ மத்தியார்ச்சுன மான்மியம்" என்று பெயரிட்டு, மூர்த்தி, தலம், தீர்த்தங்களின் சிறப்பும், வழிபட்டோர் வரலாறும் எழுதிச் சுப்பிரமணிய தேசிகரிடத்தும் சுப்பிரமணியத் தம்பிரான் இடத்தும் படித்துக் காட்டினேன். பிறகு தம்பிரானது விருப்பத்தின்படி திருவிடைமருதூர் உத்ஸவ மூர்த்தியாகிய ஏகநாயகர் விஷயமாக ஓர் ஊசலும் தாலாட்டும் இயற்றிச் சேர்த்தேன்.

எல்லாம் முடிந்தபிறகு தம்பிரான் அதனை எங்கே அச்சி டலாமென்று யோசனை செய்தார். அதற்கு முன் கும்பகோண புராணமும் பூவாளூர்ப் புராணமும் சென்னையில் அச்சிடப் பெற்ற விஷயம் அவருக்குத் தெரியும். ஆதலின் அங்கே அனுப்பி அச்சிட்டு வருவிக்கலாமென்று நான் சொன்னபோது அவர், "புஸ்தகம் இப்போது பூர்த்தியாகி இருக்கிறது. இந்த வஸந்தோத் ஸவம் ஸமீபத்தில் வருகிறது; அதற்குள் புஸ்தகம் அச்சாகி வந்தால் மிகவும் உபயோகமாக இருக்கும். தபால் மூலமாக அச்சுக் காகிதங்கள் வருவதும், திருத்துவதுமாக இருந்தால் குறித்த காலத்தில் நிறைவேறுமென்று தோற்றவில்லை. உங்களுக்கு இப்போது லீவு காலமாக இருப்பதால், நீங்களே சிரமத்தைப் பாராமல் சென்னபட்டணம் சென்று நேரில் இருந்து காரியத்தை முடித்துக்கொண்டு வரலாம். செலவு சிறிது அதிகமானாலும் காரியம் மிகவும் உயர்ந்தது" என்றார். அவர் வார்த்தை கரும்பு தின்னக்கூலி தருவதாகச் சொல்லுவது போல இருந்தது. அதுவரையில் சென்னையையே பார்த்திராத எனக்கு அந்த நகரத்துக்குப் போய் ஆங்குள்ள அறிவாளிகளோடு பழகவேண்டு மென்ற விருப்பம் இருந்தது. அன்றியும் சேலம் இராமசுவாமி முதலியாரைக் கண்டு சில காலம் உடனிருந்து சிந்தாமணியைப் படித்துக் காட்ட வேண்டுமென்ற ஆவலும் உண்டு. இவற்றை நிறைவேற்றிக்கொள்ளும் பொருட்டு இந்தக் காரியம் ஏற்பட்டது நமது நல்லதிருஷ்டமே என்று நான் எண்ணி, அவ்வாறே சென்று புஸ்தகத்தை அச்சிட்டுக்கொண்டு வருவதாக ஒப்புக்கொண்டேன்.

சென்னைப் பிரயாணம்

ஒரு நல்ல நாளில் புறப்பட்டு நான் என்பால் பாடங்கேட்டுக் கொண்டிருந்த சிதம்பரம் சாமிநாதையர், சிதம்பரம் சோமசுந்தர முதலியார் என்பவர்களுடன் சென்னைக்குச் சென்றேன். எனக்கு உதவி செய்வதற்கு வேறு ஒரு மனிதரைச் சுப்பிரமணியத் தம்பிரான் அனுப்பினார். இராமசுவாமி முதலியார் பங்களாவில் தங்கினேன்.

சென்னையில் ஜீவரக்ஷாமிர்த அச்சுக்கூடத்தில் நான் கொண்டுபோன புஸ்தகத்தை அச்சுக்குக் கொடுத்து அதைக் கவனித்துக்கொள்ளும்படி உடன் வந்த இருவரிடமும் சொல்லி விட்டுப் பெரும்பாலும் இராமசுவாமி முதலியாருடன் இருந்து பொழுதுபோக்கி வந்தேன். சீவகசிந்தாமணியைப் பற்றிய செய்திகளை நான் எடுத்துச் சொன்னபோது அவர் கேட்டு மிகவும் திருப்தி அடைந்தார். "எப்படியாவது அதை முடித்து வெளியிடுங்கள். இங்கே வந்திருந்து பதிப்பு வேலையை நிறை வேற்றலாம். என்னாலான சகாயமெல்லாம் செய்கிறேன்" என்றார். "அதை ஆரம்பிப்பதற்கு நீங்கள் காரணமாக இருந்தீர்கள்; பூர்த்தி செய்வதற்கும் நீங்களே உதவி செய்ய வேண்டும்" என்று நான் சொன்னேன்.

இராமசுவாமி முதலியார் உதவி

சென்னையில் நான் இரண்டு வாரங்களுக்கு மேல் தங்கி யிருந்தேன். மத்தியார்ச்சுன மான்மியம் பதிப்பிப்பதை ஒரு காரணமாக வைத்துக்கொண்டு சென்னைக்கு வந்தாலும், என்னுடைய நோக்கம் அந்நகரத்தையும் அங்குள்ள அறிஞர் களையும் பார்த்துத் தெரிந்துகொள்ள வேண்டுமென்பதே. இராமசுவாமி முதலியாருடைய பேருதவியால் அந்நோக்கம் மிக எளிதில் கைகூடியது.

ஒவ்வொரு நாளும் முதலியார் பிற்பகலில் தம் கோச்சு வண்டியில் என்னை அழைத்துக்கொண்டு புறப்படுவார். பிரஸிடென்ஸி காலேஜ், காஸ்மொபாலிடன் கிளப் முதலிய இடங்களுக்குப் போய் அங்குள்ளவர்களும் வருபவர்களுமாகிய கனவான்களில் ஒவ்வொருவரையும் எனக்குப் பழக்கம் பண்ணி வைப்பார். அவர்கள் கௌரவத்தை எனக்கு எடுத்துரைப்பதோடு என்னைப் பற்றியும் அவர்களிடம் சொல்வார். அவருடைய உதவியினால் நான் ஜட்ஜ் முத்துவாமி ஐயர், ஸர்.வி. பாஷ்யமை யங்கார். ஸ்ரீ நிவாச ராகவையங்கார், பம்மல் விஜயரங்க முதலியார், ரகுநாதராயர் முதலிய பல கனவான்களுடைய பழக்கத்தைப் பெற்றேன். பிரஸிடென்ஸி காலேஜிற்குச் சென்று பூண்டி அரங்கநாத முதலியாரையும் தொழுவூர் வேலாயுத முதலியாரையும் பார்த்தேன். அவ்விருவரும் எனக்கு மிகவும் நெருங்கிய நண்பர்களானார்கள். வர்னாகுலர் சூபரின்டென்ண்டு சேஷகிரி சாஸ்திரியாரையும் தமிழ்ப் பண்டிதர் சிருஷ்ணமாசாரி யரையும் கண்டு பேசினேன். புரசபாக்கம் அஷ்டாவதானம் சபாபதிமுதலியார், சோடசாவதானம் சுப்பராய செட்டியார், கதிர்வேற்கவிராயர், காஞ்சீபுரம் இராமசுவாமி நாயுடு, கோமளீசுவரன் பேட்டை இராசகோபாலபிள்ளை, சூளை அப்பன் செட்டியார், சூளை சோமசுந்தர நாயகர், திருமயிலை

சண்முகம் பிள்ளை முதலிய வித்துவான்களைப் பார்த்துப் பேசி இன்புற்றேன். அஷ்டாவதானம் சபாபதிமுதலியார் ஸ்ரீ மீனாட்சி சந்தரம் பிள்ளையவர்களுடைய சகபாடியாதலின் அவருடைய புலமையைப் பற்றிப் பேசினார். சோடசாவதானம் சுப்பராய செட்டியார் தாம் பிள்ளை அவர்களிடம் பாடம் கேட்ட விஷயத்தையும் அப்புலவர்பிரானுடைய சிறப்புக்களை யும் எடுத்துச் சொன்னார். நான் கண்ட வித்துவான்கள் பல பழைய பாடல்களைச் சொன்னார்கள். அவற்றைக் கேட்டுக் குறித்துக் கொண்டேன். நானும் எனக்குத் தெரிந்த செய்யுட்களைச் சொன்னேன்.

சென்னை நகரத்தில் பார்க்கவேண்டிய பொருட்காட்சிச் சாலை, கடற்கரை, கோயில்கள், புத்தகசாலைகள், சர்வகலா சாலை முதலியவற்றையும் பார்த்தேன். வித்துவான்களையும் அறிஞர்களையும் பார்த்துப் பழகியது கிடைத்தற்கரிய பெரிய லாபமாகத் தோன்றியது. சிறந்த உத்தியோக பதவியை வகித்த பெரியவர்களெல்லாம் அடக்கமாகவும், அன்பாகவும் இருப் பதைக் கண்டு நான் வியந்தேன். கும்பக்கோணத்தில் பதினைந்து அல்லது இருபது ரூபாய் சம்பளம் பெறும் குமாஸ்தா செய்யும் அட்டகாஸத்தையும் ஆடம்பரத்தையும் கண்ட எனக்கு அப் பெரியவர்களுடைய நிலை மிக்க ஆச்சரியத்தை உண்டாக்கியது.

ஆதீனத்தின் புகழ்

ஒரு நாள் தங்கசாலை வீதியிலுள்ள காசிப்பாட்டி ஹோட்ட லுக்குள் சென்றேன். உள்ளே புகுந்ததும் அங்கிருந்த சிலர், “வாருங்கள், வாருங்கள். எங்கே இவ்வளவு தூரம் வந்தது?” என்று என்னை வரவேற்று உபசரித்தனர். ‘இதென்ன இப்படி வரவேற்கிறார்களே; ஏதேனும் மோசம் இருக்குமோ!’ என்று முதலில் நான் சந்தேகமடைந்தேன். அவர்களுடைய சரிகை அங்கவஸ்திரமும் சவ்வாதுப் பொட்டும், பேச்சும் அவர்கள் சங்கீத வித்வான்களென்பதைப் புலப்படுத்தின. நான் அவர்களைக் கவனித்துக்கொண்டிருந்தபோதே ஒருவர், “திருவாவடுதுறையிலிருந்து எப்பொழுது வந்தீர்கள்? பண்டார ஸந்நிதிகள் சௌக்கியமாக இருக்கிறார்களா?” என்று கேட்டார். அந்தக் கேள்வியிலிருந்து அவர்கள் என்னைப் பற்றித் தெரிந்தவர் களேயென்று உணர்ந்தேன்.

“உங்களை இன்னாரென்று தெரியவில்லையே” என்றேன் நான்.

“எங்களுக்கு உங்களை நன்றாகத் தெரியும்; நீங்கள் சுப்பிரமணிய தேசிகருக்குப் பக்கத்திலே இருப்பீர்களே! ஆஹா! என்ன சபை! என்ன சங்கீதம்!”

எங்கேயோ இருக்கும் திருவாவடுதுறையின் புகழ் சென்னையில் அந்த இடத்தில் வீசியதற்குக் காரணம் சுப்பிரமணிய தேசிகருடைய தூய்மையும், வள்ளன்மையும், கல்விச் சிறப்பும் பெருமையுமே என்பதை உணர்ந்தேன். அந்த வித்துவான்கள் திருவாவடுதுறையில் நடைபெறும் குருபூஜைச் சிறப்பையும் சுப்பிரமணிய தேசிகர் வித்துவான்களுடைய தரமறிந்து சம்மானம் செய்யும் அழகையும் மற்ற விசேடங்களை யும் பாராட்டினார்கள். அருகிலிருந்த மற்றவர்களுக்குத் திருவாவடுதுறை யாதீனத்தின் பெருமைகளை யெல்லாம் விரிவாக எடுத்துக் சொன்னார்கள். "அப்படியா! அப்படியும் ஓர் இடம் இருக்கிறதா? நீங்கள் சொல்வதைப் பார்த்தால் அந்த மடம் ஒரு பெரிய வித்தியாபீடமாக வல்லவோ இருக்க வேண்டும்?' என்று கேட்டவர்கள் விம்மிதமடைந்தார்கள்.

அந்தக் கூட்டத்தினிடையே அவர்கள் பேச்சைக் கேட்டுக் கொண்டிருந்தபோது நான் கரையற்ற இன்பக் கடலில் ஆழ்ந் திருந்தேன். சுப்பிரமணிய தேசிகர் பெருமையைச் சொல்லு வதில் நானும் கலந்துகொண்டேன்.

குட்டித் தம்பிரான்

ஒருநாள் சுப்பிரமணிய தேசிகரிடமிருந்து எனக்கு ஒரு திருமுகம் வந்தது. "சென்னையில் நாட்டுப் பிள்ளையார் கோவில் தெரு மடத்திலுள்ள வித்துவான் ஆறுமுகத் தம்பிரானிடம் ஒரு குட்டித் தம்பிரான் படித்து வருவதாகத் தெரிகிறது. நாம் மாகமகத்துக்குக் கும்பகோணம் போயிருந்த போது அந்தக் குட்டித் தம்பிரானைக் குன்றக்குடி மடத்துக் காரியஸ்தர் அப்பா பிள்ளையும், தெய்வ சிகாமணி ஐயரும் அழைத்து வந்து காட்டினார்கள். அவருடைய தோற்றப் பொலிவு கண்ணைக் கவர்ந்தது. ஸம்ஸ்கிருதத்திலும் தமிழிலும் நாம் கேட்ட கேள்விகளுக்கு அவர் கூறிய விடைகள் திருப்தியை அளித்தன. அவர் கிடைத்தால் இங்கே சின்னப் பட்டத்திற்கு ஏற்படுத்தலாமென்று நினைக்கிறோம். அவருக்குச் சம்மத மிருந்தால் அவரோடு கலந்துகொண்டு அவரை இவ்விடத்திற்கு அனுப்பவேண்டும்" என்று அதில் எழுதியிருந்தார்.

நான் சென்னைக்கு வந்த நாள் முதல் அந்தக் குட்டித் தம்பிரான் அடிக்கடி என்பால் வந்து உபசார வார்த்தை களைப் பேசிச் செல்வார். அச்சுக்கூடத்திற்கும் அவர் இருந்த இடத்திற்கும் சமீபமாதலால் அவர் வந்து என்னைப் பார்ப்பதற்கு அனுகூலமாக இருந்தது. அவரிடம் ஸ்ரீ சுப்பிரமணிய தேசி கருடைய உள்ளக் குறிப்பைத் தெரிவித்தபோது அவர் மகிழ்ச்சி யோடு ஒப்புக்கொண்டார். சுப்பிரமணிய தேசிகருக்கு இவ்விஷ

யத்தை எழுதித் தெரிவித்தேன். அவர் உடனே தம்பிரானைத் திருவாவடுதுறைக்கு அனுப்பி வைக்க வேண்டுமென்று எழுதினார். அதன்படியே என்னுடன் வந்திருந்த சிதம்பரம் சாமிநாதையரைத் துணையாகச் சேர்த்து அந்தக் குட்டித் தம்பிரானைத் திருவாவடுதுறைக்கு அழைத்துப் போகும்படி செய்தேன்.

மத்தியார்ச்சுன மான்மியம் அச்சாகிக்கொண்டிருந்தது. இடையே திடீரென்று ஒருநாள் தியாகராச செட்டியார் கண் வைத்தியம் செய்து கொள்வதற்காகத் தம் மனுஷ்யர்களுடன் சென்னைக்கு வந்து, நான் இருக்கும் இராமசுவாமி முதலியார் பங்களாவில் சில நாள் தங்கினார். அப்பால் அவர் தம்முடைய சகபாடியாகிய சுப்பராய செட்டியார் மூலமாக வேறு ஜாகை ஏற்படுத்திக்கொண்டு அங்கே சென்று இருந்து வந்தார். நான் அவருடன் இருந்து பேசியும், பார்க்க வேண்டியவர்களைப் பார்த்தும் அச்சு வேலையைக் கவனித்தும் வந்தேன்.

சென்னையிலிருந்து திரும்பியது

புஸ்தகம் முடிந்தவுடன் புறப்பட்டுத் திருவிடைமருதூருக்குத் திருக்கல்யாண தினத்தன்று சென்று சுப்பிரமணிய தேசிகரிடம் புஸ்தகப் பிரதிகளை ஒப்பித்து நிகழ்ந்த விஷயங்களையும் சொன்னேன். எல்லாவற்றையும் கேட்டு அவர் மிகவும் திருப்தியுற்று,

“சாமிநாதையர் பட்டணம் போய் வந்ததில் மூன்று லாபங்கள் உண்டாயின். ஒன்று அவரைச் சேர்ந்தது. மற்ற இரண்டும் மடத்துக்கு இலாபம். பல பேர்களைப் பழக்கம் செய்துகொண்டது அவருக்கு நன்மை. மத்தியார்ச்சுன மான்மியம் வெளி வந்ததும் குட்டித் தம்பிரானை வரச் செய்ததும் மடத்துக்கு உபயோகமானவை” என்று பாராட்டினார்.

வஸந்தோத்ஸவம் மிகச் சிறப்பாக நடந்தது. மத்தியார்ச்சுன மான்மியம் தக்க சமயத்தில் யாவருக்கும் வழங்கப்பட்டது.

என் சரித்திரம்

~ ~

பின்னிணைப்பு

தமிழர் நாகரிகத்தில் கிராம வாழ்க்கை

புதுமைப்பித்தன்

~

நாகரிகம் என்பது என்ன? பிராதஸ்னானம், திருநீற்றுச் சம்புடம் ஆகியவற்றை வைத்துச் சிலர் நாகரிகத்தை அளக்கிறார்கள். வேறு சிலர் ஒரு வெடி குண்டுக்கு இருக்கும் நாச சக்தியையும், மின்சார விளக்கின் வெளிச்ச உக்கிரத்தையும் கொண்டு கணிக்கிறார் கள். இன்னும் சிலருக்கு – ஏன் – இப்படியே எத்தனை விதமானாலும் அடுக்கிக்கொண்டே போகலாம். நாகரிகம் என்ற கருத்து ஓரளவு மேற்சொன்னவற்றின் களையுடன் சோபிக்கும் ஒரு தன்மை என்பதுடன் அதற்கு அதீதமானது மாகும். நாகரிகம் என்பது சமுதாயம் இற்றுப்போகாமல் எடுத்துக் கட்டிய ஞாபகச் சரடு; நினைவுப் பாதை; சமுதாயம், எறும்புச் சாரை போல் ஊர்ந்து ஊர்ந்து, பழக்கப்பட்டு, போன பாதை; அது இருந்து வருவதற்கு உயிர்கொடுத்து வருவது. இந்த ரீதியில் கவனித்தால், நாகரிகம் என்பது வெறும் பிழைப்புக்கும், பிறகு சுகானு பவத்துக்கும், அதன் பிறகு உள்ளத்தில் உடைந்து மசியும் நினைவுக் கோயில்களுக்கும் ஆதார பீடமாக அமைந் திருப்பதாகும். நாகரிகத்தை அமைக்கிறதற்கு கிராமம் என்ன செய்கிறது?

கிராம வாழ்க்கை என்பது கிராம்யமான ஒரு காரியம் அல்ல. ஏதோ வன போஜனத்துக்காகப் போகிறவர்கள்

வழக்கமாக உட்காரும் ஸோபாவை இழப்பதால் தமக்குக் கிடைப்பதாகக் கருதிக்கொள்ளும் சுகானுபவம் போன்றதல்ல. "கிராமத்துக்குப் போங்கள்" என்று உருக்கமான பிரசங்கங்கள் பட்டணத்துக்காரர்களை நெட்டி நெட்டித் தள்ளுகின்றன. "சார், நான் ரிட்டயரானதும் ஏதாவது சுகமா ஒரு கிராமத்திலே போய் கழிக்கலாம்னு ப்ளான் போட்டிருக்கேன், நீங்க என்ன நினைக்கிறியள்?" என்கிறார் ஒருவர். இருபத்தியைந்து வருஷ உழைப்பால் உடலைக் கெடுத்துக்கொண்டதுடன், நேர்ச்சைக் கடனுக்காகக் கைகளைக் கும்பிட்டபடி உயரத்தூக்கி சூம்ப வைத்துக் கொண்ட பைராகி மாதிரி காலை பத்து மணி முதல் மாலை 5 மணி வரை மூளையை ஒரே திசையில் விரட்டி விரட்டி இற்றுப் போக வைத்துக்கொண்ட ஒருவருக்கு தாம் எரிந்து சாம்பலாக வேண்டிய சுடுகாட்டுக்கும், தம்முடைய மிச்ச வாழ்வுக்கும் இடையில் கிடக்கும் ரேழியாக கிராமம் தென்படுவதில் அதிசயமில்லை. அது அவர் பண்ணின புண்ணியம். டில்லி சர்க்கார் காரியாலயத்தில் ஒரு மகன், என்ஜினியரிங் கம்பெனியில் ஒரு மகன், ஒரு அட்வகேட் ஜெனரலின் மகனுக்கு சகதர்மிணியாக ஒரு மகள், காலேஜுக்கு ஐம்பது மைல் வேகத்தில் மோட்டார் சைக்கிலில் போவதுதான் மோட்ச சாம்ராஜ்யம் என்று நினைக்கும் சுந்தா, இவ்வாறு ஒரு படியாக தமது வாரிஸ் வர்க்கத்தைப் பங்கீடு செய்துவிட்டு, தம்முடைய அஜீர்ணம், 1936 வருஷ மோட்டார் கார், தொய்ந்து போன காதில் வைத்து உசாவாடும் வைரக் கம்மல் மனைவி, விட்டமின் விசாரம், திருக்குறள் உபாசனை ஆகியவற்றுடன் இவர் போய் ஒரு கிராமத்தில் குடியேறுகிறார் என்று வைத்துக் கொள்ளுவோம். பத்திரிகையும், பழக் கூடையும், பட்டணத் திலிருந்து வந்து கொண்டே இருக்கும். ஆறு நிறையத் தண்ணீர் போனாலும் வென்னீரில்தான் குளிப்பார்; உடம்புக்குள் உயிர் பெய்வது போல் தென்றல் இழைந்தாலும் பிளானல் சட்டை போட்டுக்கொண்டு, வெள்ளிப் பூண்தடியோடு உலாவ, அதாவது வாக்கிங், போவார். எதிரே உட்கார்ந்திருக்கும் வெட்டியான் கைகட்டி வாய் புதைத்து, "எச்மான் புத்தி" என்று சொல்லிக்கொண்டு எழுந்திருப் பான். அவ்வளவுதான் அவர் கிராமத்தில் அனுபவிக்கப் போகிறதும், அனுபவிக்கிறதும். ராவணன், மண்ணோடு பெயர்த்து சீதையைத் தூக்கிக்கொண்டுபோய், அசோகவனத்தில் சிறை வைத்தானாம். அது நிஜமோ பொய்யோ எனக்குத் தெரியாது. ஆனால் நான் சொன்னேனே, இந்த மாஜி உத்யோக வர்க்கம், அது, பட்டணத்தில் கொஞ்சம் பெயர்த்துக்கொண்டு போய், கிராமத்தில் போட்டு, அதன்மேல் உட்கார்ந்துகொண்டு தான் கிராமத்தைப் பார்க்கிறார்கள்; கிராமத்தை அனுபவிக் கிறார்கள். இவர்களுக்கு கிராமம் தென்படாது; அனுபவத்துக்கும் கிட்டாது. இவர்களது இந்த ராவண கைங்கரியத்துக்குள்

அகப்படாத கிராமம் என்பது என்ன என்று கேட்கிறீர்களா? அப்படிக் கேளுங்கள்.

நீங்கள் நெல்லுக் காய்ச்சி மரம் என்று கேள்விப்பட்டிருக்கிறீர்களா? உணவு வகையில் ஒன்றைக் கொடுக்கும் புல் வகையில் ஒன்றல்லவா என்று தாவர நிபுணர் உறுமுகிறார். ஆமாம். அப்படியும் சொல்லுவார்கள். நெல்லுக் காய்ச்சி மரம் என்றால் பட்டணத்துக்காரனைப் பற்றி கிராமவாசி செய்யும் கிண்டல் என்று அர்த்தம். உங்கள் மோட்டார் காரை அவன் உன்னிப்பாகப் பார்த்தால், நீர் அவனை உதாசீனமாகப் பார்க்கிறீர் அல்லவா? அதற்கு அவனுடைய பதில் அது.

கிராமத்தில் சினிமா இருக்காது; ஷேவிங் ஸோப் கிடைக்காது; சிகரட் அகப்படாது; ஆனால் சுகம் உண்டு; அதாவது வாழத்தெரிந்தவர்களுக்கு.

எனக்குத் தெரிந்த கிராமத்தைக் கொஞ்சம் வர்ணிக்கிறேன். அதற்கு ஒரே ஒரு தெருதான் உண்டு. அக்கிரஹாரம் இல்லை. தெருவின் ஒரு கோடியில் கிராம முனிஸீபும் மறு கோடியில் கணக்கப்பிள்ளையும் இருக்கிறார்கள். இருவர் கோபத்துக்கும் ஆளாகாமல் பிழைத்துக்கொள்ளத் தெரிந்த தலையாரி, இந்தத் தெருவுக்குக் கூப்பிடு தூரத்தில் உள்ள மறவர் தெருவில் இருக்கிறான். இன்னும் பத்துப்பதினைந்து வீடுகள் இந்த வீர மறக் குலத்துக்கு நிழல் தருகிறது. இவர்கள் வாளையும் வேல் கம்பையும் விட்டெறிந்து ரொம்ப காலமாச்சு. "சாதியிலே மறவனாக்கும்" என்று அதட்டிக்கொண்டு, ஏர் பிடித்து உழுகிறார்கள். இவர்களுக்கும் எட்டாத் தொலைவில் பள்ளர்கள் சேரி. நாம் நினைவைவிட்டு விரட்ட முயலும் கெட்ட நினைப்பைப் போல அவர்கள் அங்கு அக்ஞாதவாசம் பண்ணுகிறார்கள். ஊருக்கு ஒரு மைதானம் உண்டு. சாதாரணமாக மாடுபடுத்திருக்கும்; ஊர்த் தேவதை திருவிழாவில், வானத்தையே கூரையாகக் கொண்ட கலைமண்டபமாகும். சாணி தட்டவும், நெல் உலர்த்தவும் ஏற்றவையானது. இந்த ஊரிலே சைவச் சாப்பாட்டை சமயா சமயத்தில் நிவேதனமாகவும் பொதுவாக அந்தக் கிராமத்தான் வணக்கத்தையும் பார்த்துப் பசியாறும் பிள்ளையாருடைய கோவில் உண்டு.

ஊர் எல்லையிலே ஊரின் காவல் தேவதை பேராய்ச்சி கோவில் உண்டு. கோவில் – கோவில் என்றதும் பிரமாதமான கற்கனவுகள் என்று நினைத்துவிட வேண்டாம். கிராம முனிசிபு பிள்ளையவர்கள் வீட்டைப் போல அடக்கமானதுதான்; அவரது மன இருட்டைப் போல இங்கே கர்ப்பக்கிரகமும் இருட்டிக் கிடக்கும். கலசம் மட்டும் பேராய்ச்சி கோவிலை, கோவிலென்று வேறுபடுத்திக் காட்டும்; மற்றபடி ஒன்றுதான். இந்தத் தேவதை

அசைவம். வருஷத்துக்கு ஒரு தடவையாவது ரத்தம் காண வேணும், இல்லாவிட்டால் குடியே முழுகிப் போச்சு.

பட்டப்பகலானாலும் கர்ப்பக்கிரகத்தில் கும்மிருட்டு. கூர்மையாகக் கவனித்தால் வெள்ளையும் அதற்கப்புறம் அதன் மையத்தில் ஒரு கறுப்பு. இன்னும் பார்த்தால், விறைத்துப் பார்க்கும் கண்கள், பிறகு இருட்டு திரண்டு திரண்டு பத்தாயிரம் கைகளில் வேலும் சூலமும் தாங்கி எல்லையையே இமை கொட்டாமல் காத்து நிற்பது தெரியவரும். பட்டப்பக லானாலும், அதைக் கண்டு பயப்படுவோரைக் கண்டால் நாம் அவர்களைக் கேலி செய்யக் கூடாது. நாகரிகப்பட்டுப் போன பிறகு மனித வர்க்கம், ஏதோ எப்போதோ ஒரு காலத்தில், எது பயத்துக்கு வித்தாக இருந்ததோ, அதைப் பயம் போக்கும் மருந்தாக வசக்கிக்கொள்ள முற்பட்ட ஒரு சாதனத்தைக் கண்டு மிரளாமலிருப்பது பிசகு. இருட்டிலே, காட்டிலே மின்னுகிற புலிக் கண்ணைப் பார்த்து அதில் அன்புபெய்து வைத்துக் கற்பனை பண்ணின காரியம் இந்தப் பேராய்ச்சி. இந்தத் தாயின் மகத்துவத்தைப் பற்றிக் கிராமத்துப் புலவர் பாடுவதைக் கேட்டால், ஆஸ்பத்திரி எதற்கு, மலேரியா, மகமாரி எதிர்ப்பு மருந்துவகை ஊசிகுத்துமுறை எல்லாம் எதற்கு என்றெல்லாம் படும். அந்தவூரில் நிஜமான ஆட்சி பேராய்ச்சியின் ஆட்சிதான். அந்த ஊர்க்காரர்கள் பயப்படுகிறது போல அவ்வளவு கொடுமைக்காரி அல்ல அவள். மகா கண்டிப்புக்காரி.

அந்தவூர்க்காரர்கள் மனப்பண்பாடு நீங்கள் எதிர் பார்க்கிற மாதிரி அவ்வளவு நாஸுக்காக இருக்காது. மிஞ்சி மிஞ்சிப் போனாலும் அவர்கள் கற்பனையெல்லாம்,

சோளப் பொறி மத்தியிலே
    சுட்டுவச்ச தோசையைப் போல்
சுட்டுவச்ச தோசையைப் போல்
    தோணுமிந்தச் சோதி நிலா

என்றுதான் அவர்கள் பாடுவார்கள்.

அருந்த அமரர் கலக்கியநாள்
    அமுதம்நிறைந்த பாற்கலசம்
இருந்த திடைவந்து எழுந்ததென
    எழுந்த தாழி வெண்திங்கள்

என்று ஒரு சந்திரோதயத்தில் இதிகாச நாடகத்தைப் பார்க்கும் மனப்பண்பு அவர்களிடம் தென்படாது. நெஞ்சிலும் தோளிலும் உரம் உண்டு. உள்ளத்திலே பரிவு உண்டு.

மேழி பிடிக்குங்கை, வேல்வேந்தர் நோக்குங்கை
ஆழி பிடித்தே அருளுங்கை

என்று அவ்வைக் கிழவி சொன்னது போல, ரொம்பவும் பின்னிப் பிணைந்த கைத்தொழில் நாகரிகமாக இருந்தாலும், சமுதாயத்தின் ஸ்திரத் தன்மைக்கு அவசியமும் ஆதாரமுமானது விவசாயம்; பலர் எண்ணுகிறது போல மட்டம் அல்ல.

தமிழ் இலக்கியத்திலே ஒரு கிழவி திரிந்து வருகிறாள். அவளுக்குப் பட்டணத்து நாகரிகத்தின் நெடி பிடிக்காது. எடுத்தெறிந்து பேசி உதறியடித்துவிடுவாள். கிராமவாசிகள் உள்ளப் பண்பைக் காண்பதற்கு செய்துவைத்தது போல இருக்கிறது அவளுடைய பாட்டு.

– அண்டி
நெருக்குண்டேன், தள்ளுண்டேன் நீள்பசி யினாலே
சுருக்குண்டேன் சோறுண் டிலேன்

என்று சுருக்கமாகச் சொல்லுகிறாள். இது எங்கே என்று கேட்டால் அதைவிட வினோதமாக இருக்கும்.

வண்தமிழைத் தேர்ந்த வழுதி கலியாணத்தில்
உண்ட பெருக்கம் உரைக்கக்கேள்

என்று பொக்கை வாயைக் காட்டிக் கேலிசெய்கிறாள் கிழவி. அவள் பார்த்தது எல்லாம், 'நான்மாடக் கூடல் கல்வலிது' என்பதுதான்.

வெய்தாய் நறுவிதாய் வேண்டளவும் தின்பதாய்
நெய்தான் அளாவி நிறம்பசந்து – பொய்யாய்
அடகென்று சொல்லி அமுதத்தை ஈந்தாள்
கடகம் செறிந்த கையாள்

என்று பெண்ணின் வளை போட்ட கை இலக்கியத்தில் ஒலித்துக் கொண்டே இருக்கிறது. அவள் கண்ட கைகள்தான் அது.

இன்னொருவன்; அவன் பேர் பூதன். பெயர்தான் ஆளை மிரட்டுகிற மாதிரி.

வரகரிசிச் சோறும் வழுதுணங்காய் வாட்டும்
முறமுறெனவே புளித்த மோரும்

அவ்வைக் கிழவியின் பசியை ஆற்றுகிறது.

கிராமங்கள், இந்த மாதிரி திசை மாறித் திரிவோருக்கு மட்டும் அன்ன சத்திரமல்ல; நாகரிகத்தின் முதல் படி அன்ன விசாரம், பசிப் பகையை விரட்டும் முதல் மதில் கிராமங்கள். சமுதாயத்தின் சித்தம் அல்லது விவேகம் மாதிரி நகரங்கள் இருக்கலாம்; இருக்க வேண்டும்; ஆனால் அவற்றின் உயிர்ப்புக்கும் தெம்புக்கும் தெளிவுக்கும் அவசியமான ரத்தத்தைத் தருபவை

சென்னைக்கு வந்தேன்

கிராமங்களேயாகும். கிராமம் தூர்ந்துவிட்டால் நகரம் பாழ். இது பொது நியதி. மிகவும் பின்னிப்போன யந்திர நாகரிகம் வந்துவிட்டாலும் அந்த அடிப்படைக்கு வாய்ப்பான கிராமங்கள் இருந்துதான் தீரும். எல்லாம் பட்டணங்களாகிவிட முடியாது. பட்டணங்கள் என்றால் சிந்தனையின் பயனால் இயற்கையின் கை பார்க்காமல் வாழ மனிதன் வகுத்துக்கொள்ளும் ஏற்பாடு என்பதுதான் பொருள்.

கன்னலென்ற சிறுகுருவி ககனமழைக் காற்றாமல்
மின்னலெனும் புழுவெடுத்து விளக்கேற்றும் கார்காலம்

என்று பட்டணத்துக் கவிராயர் சமத்காரமாகப் பாடிவிடுவார்கள்; ஆனால் உடை முள்ளையும் இண்டஞ் செடியையும் சுள்ளென்று அடிக்கும் வெயிலையும் ஆற்று வெள்ளத்தையும் கொடுங்காற்றை யும் சகாக்களாகப் பாவித்து, அவற்றுடன் சேர்ந்து அவற்றையும் வசக்கி வயலில் வளத்தைப் பார்க்கிறவன் வாழுமிடந்தான் கிராமம்.

வரப்பு உயர நீருயரும்
நீருயர நெல்லுயரும்

இதுதான் சமுதாய வளர்ச்சியின் ஆதார சக்தி. பட்டணத்தில் பிழைக்கலாம், வாழ முடியாது. தனிமையாக நடமாட பட்டணம் வாக்கானது. ஆனால் கிராமத்தில் ஒதுங்கி வாழ உங்களை விடமாட்டார்கள். யாராவது புதிதாக வந்துவிட்டால் போதும், “யாரைத் தேடுதிய? ஓ! அவுகளா; ஏலே காத்தான், நாவன்னா வீட்டுக்குக் கூட்டிக்கிட்டு போ” என்று வீட்டுவரைக்கும் கொண்டு போய்விட்டுத் திரும்புவார்கள். மறு நாள் விடியற் காலம் பார்த்துவிட்டால் நீங்கள் ஒதுங்கி ஒதுங்கிப் போனாலும் உங்களை வாயைத்திறந்து நாலு வார்த்தையாவது பேசவைத்து விடுவார்கள். அவர்களுக்கு நேரம், அவகாசம் பார்க்காமல் வந்து உட்கார்ந்து பேசுவதற்குத் தெரியும். கிராமத்துக்காரன் ஒவ்வொருவனும் அந்த ஊர் சரித்திர ஆசிரியன். அந்த ஊர்ப் பிள்ளையார் பிரதிஷ்டை பண்ணினது, ஆலடி வயலில் வெள்ளம் மண்ணடித்துவிட்டது, மூக்கன் மதகை திறக்காது போயிருந்தால் கரையே உடைத்துக்கொண்டு ஊர் அழிந்து போயிருக்கக்கூடிய ஆபத்து, நல்ல பாம்பை மண்வெட்டியினால் ஒரே வெட்டில் இரண்டு துண்டாக்கிப் போட்ட செம்பிலி, நடுச் சாமத்தில் பேராய்ச்சி ஊர்பார்த்து வருவதைப் பார்த்து ரெத்தம் கக்கிச் செத்துப்போன தொப்ளான் ஆகிய எல்லோரையும் நீங்கள் வெகுசீக்கிரத்தில் பரிச்சயம் செய்துகொள்ள முடியும். அச்சடித்த புஸ்தகங்களைப் போல இவர்களுடைய சரித்திரங்களும் கொஞ்சம் அமிதமான புளுகுகள் நிறைந்திருக்கும். சமூக நலத்துக்காக அங்கீகரிக்கப்பட வேண்டிய சில பொய்களை

சரித்திர சித்தாந்தம் அமைக்கிற மாதிரி இந்தக் கிராமத்து மனிதக் கும்பலும் தன்னுடைய வம்ச பரம்பரை இற்றுப் போகாமல் இருக்கக் கட்டிவைக்கும் ஞாபகக் கோவைதான் இவையும். சிறிது மட்டரகமான பொய்களாக இருந்தாலும் சரித்திரமென்றே மதிப்போம்.

ஆற்றங்கரை மரமும், அரசவையில்
வீற்றிருந்த வாழ்வும் விழுமன்றே

என்று பயப்படுகிறான் கிராமத்துக்காரன். கிராமத்துக்காரனுக்குத் தன்னிச்சையாக நடமாடித் திரிவதற்கு இடவசதி வேண்டும். அவன் சிந்தனை சொற்பமாக இருந்தாலும், அது பறந்து திரிந்துவர விசாலமான இடம் வேண்டும் என்று ஆசைப்படு கிறான். பட்டணத்திலே தென்படும் குறிப்பிட்ட ஒழுங்கு முறை, ஜன நெருக்கத்தினால் எடுத்துக் கூட்டி அமைத்துக் கொண்ட ஏற்பாடுகள் எல்லாம் அவனுக்குக் கட்டோடு பிடிக்காது. அவன் பசி வந்தபோதுதான் சாப்பிட ஆசைப் படுவான்; ஆனால் உங்கள் ஹோட்டல்களில் பத்து மணிக்குப் போனால் மோரும் சாதமும் கிடைத்தால் உங்கள் அதிர்ஷ்டம். பட்டணத்துக்கு வந்தால், முங்கி முழுகிக் குளிக்க அவனுக்குக் குழாய்த் தண்ணீர் போதாது. இரண்டாவது நாள், 'அய்யா நான் போய்விட்டு வருகிறேன்' என்று மூட்டை கட்டிவிடுவான். நீங்கள் அங்கே போன இரண்டாவது நாளே 'ரொம்ப டல்லா இருக்கு சார்' என்று சொல்லிவிட்டுப் புறப்பட்டுவிடவில்லையா?

வானொலி உரை, 1.10.1943;
புதுமைப்பித்தன் கட்டுரைகள்,
காலச்சுவடு பதிப்பகம், 2002

~ ~

ஆசிரியர் குறிப்புகள்

~

உ.வே. சாமிநாதையர் *(1855–1942)*

தமிழின் தன்னேரிலாத பதிப்பாசிரியர். சுவையான உரை நடையால் தன் வரலாற்றை 'என் சரித்திரம்' என்னும் பெயரில் 'ஆனந்த விகட'னில் 1940 முதல் தொடராக எழுதியவர். அந்நூலிலிருந்து எடுக்கப்பட்ட ஒரு பகுதியே இந்நூலில் இடம்பெற்றுள்ள கட்டுரை.

சாமி சிதம்பரனார் *(1900–1961)*

'தமிழர் தலைவர்' என்ற பெரியாரின் முதல் வாழ்க்கை வரலாற்று நூல் மூலம் தமிழர்களின் நினைவில் வாழும் சாமிநாத மலையமான் சிதம்பரம் 'பழந்தமிழர் வாழ்வும் வளர்ச்சியும்', 'பழந்தமிழர் அரசியல்', 'பட்டினப்பாலை ஆராய்ச்சி உரை', 'நான்மணிக்கடிகை பாட்டும் உரையும்' போன்ற வேறு பல ஆராய்ச்சி நூல்களையும் எழுதிய தமிழறிஞர். விதவை சிவகாமியை மணம் செய்துகொண்ட சீர்திருத்தவாதி. 'லோகோபகாரி', 'விடுதலை' முதலிய பல பத்திரிகைகளில் உழைத்தவர். தன்னளவில் சுயமரி யாதைக்காரராக வாழ்ந்த இவர், பிற்காலத்தில் இடது சாரி இயக்கத்தோடு தம்மை இணைத்துக்கொண்டார்.

புதுமைப்பித்தன் *(1906–1948)*

தமிழின் நிகரற்ற சிறுகதை ஆசிரியர். 1943இல் வானொலி யில் ஆற்றிய உரை இது. காலச்சுவடு பதிப்பகம் வெளியிட்ட 'புதுமைப்பித்தன் கட்டுரைகள்' செம்பதிப்பில் (பதிப்பாசிரியர்:

ஆ.இரா.வேங்கடாசலபதி) உள்ளவாறு இந்நூலில் பதிப்பிக்கப் பட்டுள்ளது.

ந. சிதம்பரசுப்ரமண்யன் (1912–1978)

இசையைப் பின்னணியாகக் கொண்ட கதைகளை எழுதிய 'மணிக்கொடி' கால எழுத்தாளர். 'இதய நாதம்', 'நாகமணி' ஆகிய இவரது நாவல்கள் புகழ்பெற்றவை. 'சூரியகாந்தி', 'சக்ரவாகம்', 'வருஷப் பிறப்பு' ஆகிய சிறுகதைத் தொகுதி களையும் 'ஊர்வசி' முதலிய நாடகங்களையும் எழுதியவர். தி.ஜ.ர.வை ஆதர்சமாகக் கொண்டவர். கணக்கியலராகப் பணி யாற்றியவர்.

க.நா. சுப்ரமண்யம் (1912–1988)

கந்தாடை நாராயணய்யர் சுப்ரமண்யம் ஆங்கிலத்தில் எழுதத் தொடங்கி, தமிழுக்கு வந்தவர். 'சூறாவளி', 'சந்திரோதயம்', 'இலக்கிய வட்டம்' ஆகிய இதழ்களின் ஆசிரியர். 'மணிக் கொடி'யில் சிறுகதை எழுத்தாளராக எழுத்து வாழ்க்கையைத் தொடங்கிய க.நா.சு., 'கோதை சிரித்தாள்', 'பொய்த் தேவு' முதலிய பல நாவல்களையும் எழுதியவர். தன் மொழிபெயர்ப்பு மூலம் உலக எழுத்தாளர்களைத் தமிழுக்குக் கொணர்ந்தவர். பிரான்ஸ், இத்தாலி, ஜப்பான், பிலிப்பைன்ஸ் ஆகிய நாடுகளைச் சுற்றிப் பார்த்த ஒரு சில எழுத்தாளர்களில் இவர் முன்னவர். விமர்சகராகப் பலரின் இலக்கிய விரோதத்தைச் சம்பாதித்துக் கொண்டவர்.

சி.சு. செல்லப்பா (1912–1998)

சின்னமனூர் சுப்பிரமணியம் செல்லப்பா, 'மணிக்கொடி', 'பாரத தேவி', 'தினமணி' முதலான பத்திரிகைகளில் பணியாற்றிய எழுத்தாளர். விமரிசகர். சிறுபத்திரிகைகளின் முன்னோடி எனக் கருதப்படும் 'எழுத்து'வின் ஆசிரியர். 'வாடிவாசல்', 'ஜீவனாம்சம்', 'சுதந்திர தாகம்', 'என் சிறுகதைப் பாணி', 'தமிழ்ச் சிறுகதை பிறக்கிறது' போன்ற நூல்களை எழுதியவர். பரிசுகளையும் அன்பளிப்புகளையும் ஏற்க மறுத்த பிடிவாதக் காரர். சென்னையைத் தவிர பெங்களூரிலும் சில காலம் வசித்தவர்.

கொத்தமங்கலம் சுப்பு (1910–1974)

திரைப்பட நடிகராக வேண்டும் என்ற ஆர்வத்தில் சென்னைக்கு வந்த இவர் 'பட்டினத்தார்' (1934) முதல் பதினைந்திற்கும்

மேற்பட்ட படங்களில் நடித்தார். 1940க்குப் பிறகு ஜெமினி கதை இலாகாவில் சேர்ந்து அதன் தலைமையினையும் ஏற்றார். 'கண்ணம்மா என் காதலி', 'அவ்வையார்' முதலான படங்களை இயக்கியவர். 'ஆனந்த விகட'னில் முக்கியப் பங்காற்றியவர். முக்கிய நூல்கள்: 'தில்லானா மோகனாம்பாள்', 'ராவ்பகதூர் சிங்காரம்', 'மஞ்சி விரட்டு', 'காந்தி மகான் கதை'. 'கலைமணி' இவருடைய புனைபெயர். 'சக்தி' இதழில் எழுதிய கட்டுரை இந்நூலில் இடம்பெறுகிறது.

அசோகன் (1918–1991)

வல்லிக்கண்ணனின் தமையனார். இயற்பெயர் ரா.சு. கோமதி நாயகம். நிறைய எழுதாதவர், நிறையப் படித்தவர், தம்பியை வாழ்நாள் முழுவதும் புரந்தவர். 'கலையாத கனவுகள்' (நாவல்), கார்க்கியின் 'அதலபாதாளம்' (மொழிபெயர்ப்பு) முதலானவை இவருடைய படைப்புகள்.

எம்.வி. வெங்கட்ராம் (1920–2000)

கும்பகோணத்தில் பிறந்தவர். முதல் சிறுகதை 'சிட்டுக்குருவி' பதினாறாம் வயதில் 'மணிக்கொடி'யில் வெளியானது. 1948இல் 'தேனீ' இலக்கிய இதழை நடத்தினார். முக்கிய நூல்கள்: 'வேள்வித் தீ', 'நித்ய கன்னி', 'காதுகள்' (சாகித்திய அக்காதெமி விருது, 1993). ஏராளமான மொழிபெயர்ப்புகளையும் செய்தவர். 'என் இலக்கிய நண்பர்கள்' (1993) நூலிலிருந்து ஒரு பகுதி இங்கு இடம்பெறுகிறது.

வல்லிக்கண்ணன் (1920–2006)

ரா. சு. கிருஷ்ணசாமி என்ற இயற்பெயர்கொண்ட வல்லிக் கண்ணன் நாடாறு மாதம் காடாறு மாதம் என நெல்லை மாவட்ட ராஜவல்லிபுரத்துக்கும் சென்னைக்கும் அலை பாய்ந்தவர். சாகித்திய அக்காதெமி பரிசுக்குப் (1979) பிறகு சென்னையில் நிரந்தரமாகத் தங்கியவர். 'சரஸ்வதி காலம்', 'புதுக்கவிதையின் தோற்றமும் வளர்ச்சியும்', 'தமிழில் சிறு பத்திரிகைகள்', 'பாரதிதாசன் உவமை நயம்', 'பாரதிக்குப் பின் தமிழ் உரைநடை' ஆகியவை இவரது முக்கிய நூல்கள். சிறுபத்திரிகைக்காரர்களும் இடதுசாரிகளும் தூய இலக்கிய வாதிகளும் ஒருசேரப் பாராட்டிய பண்பாளர்.

சின்ன அண்ணாமலை (1920–1980)

'தமிழ்ப் பண்ணை' மூலம் 300 நூல்களுக்கு மேல் வெளியிட்டவர். 'கண்டறியாதன கண்டேன்', 'சீனத்து சிங்காரி', 'சொன்னால்

நம்ப மாட்டீர்கள்' முதலிய நூல்களை எழுதியவர். 1942 புரட்சியில் கலந்துகொண்டவர். தேவகோட்டை சிறையை உடைத்து மக்கள் இவரை மீட்டனர். இயற்பெயர் நாகப்பன். சுவிகாரப் பெயர் அண்ணாமலை. இவர் காலத்தில் திருவண்ணாமலை தியாகி அண்ணாமலைப் பிள்ளை பிரபலமாக விளங்கியதால் ராஜாஜியால் சின்ன அண்ணாமலை என்று அழைக்க, அதுவே நிலைத்துவிட்டது.

கு. அழகிரிசாமி (1923–1970)

கரிசல் காட்டிலிருந்து நகரத்துக்கு வந்த எழுத்தாளர்களின் முன்னோடி. சொந்த ஊர் தூத்துக்குடி மாவட்ட இடைசெவல். ஏழு சிறுகதைத் தொகுப்புகள், நான்கு நாவல்கள், ஒரு கட்டுரைத் தொகுதி, இரண்டு நாடகங்கள், ஏழு மொழிபெயர்ப்பு நூல்கள், இரண்டு சிறுவர் கதைத் தொகுதிகள் இவரது படைப்புகள். 'அன்பளிப்பு' சிறுகதைத் தொகுதிக்காக சாகித்திய அக்காதெமி விருது பெற்றவர். 'லோகோபகாரி', 'சக்தி', 'மலாயா தமிழ் முரசு', 'சோவியத் லாண்ட்' பத்திரிகைகளில் பணியாற்றியவர். "கவிதை எழுதுவது நடக்காத காரியம், சென்னையில் செய்யுள் கட்டலாம்" என்று நகரத்து வாழ்க்கையை நொந்துகொண்ட குருசாமி அழகிரிசாமி, மலாயா சென்று காதலித்து மனைவி யுடன் சென்னை திரும்பியவர்.

சுந்தர ராமசாமி (1931–2005)

சென்னையில் வாழாத மிகச் சில பெரும் எழுத்தாளர்களில் ஒருவர். நாகர்கோவிலில் வாழ்ந்த சுந்தர ராமசாமி, 'ஒரு புளியமரத்தின் கதை', 'ஜே.ஜே. சில குறிப்புகள்', 'குழந்தைகள் பெண்கள் ஆண்கள்' ஆகிய நாவல்களை எழுதியவர். சிறுகதை ஆசிரியர். பசுவய்யா எனும் புனைபெயரில் கவிதைகள் எழுதியவர். மலையாளத்திலிருந்து 'தோட்டியின் மகன்', 'செம்மீன்' உள்ளிட்ட மொழிபெயர்ப்புகளைச் செய்தவர். ஆ.இரா.வேங்கடாசலபதி தொகுத்த Chennai, Not Madras: Perspectives on the City (Marg, 2006) என்ற நூலுக்காக எழுதப்பட்ட கட்டுரை இது.

ஜெயகாந்தன் (1934)

வாதத் திறமை மிக்க எழுத்து முறையினால் ஒரு தலைமுறையின் கவர்ச்சி மிக்க எழுத்தாளராய் விளங்கிய ஜெயகாந்தன், சாகித்திய அக்காதெமி, இராஜராஜன், ஞான பீடம் விருதுகளைப் பெற்ற ஒரே தமிழ் எழுத்தாளர்.

க. இராமநாதன்

'ஜனசக்தி'யில் பல காலம் பணியாற்றியவர். 'சரஸ்வதி' இதழோடும் நெருக்கமாக இருந்தவர். திரு.வி.க., சர்க்கரை செட்டியார் ஆகியோரின் தொழிற்சங்க நடவடிக்கைகளோடு தொடர்பு கொண்டிருந்தவர். இலங்கையிலும் பத்திரிகை ஆசிரியராக இருந்தவர்.

~ ~